Climate change - Science Fiction

காலநிலை அகதிகள்

ஆயிஷா இரா. நடராசன்

Kaalanilai Agathigal (Climate change - Science Fiction) (in Tamil)

Ayesha Era Natararasan

First Published: July, 2022

Published by
ILLAIYORE ILLAKIYAM
Unit of Bharathi Puthakalayam

7, Elango Salai, Teynampet, Chennai - 600 018.
Email: bharathiputhakalayam@gmail.com / www.thamizhbooks.com

காலநிலை அகதிகள் (காலநிலை மாற்றம் – அறிவியல் புனைவு)

ஆயிஷா இரா. நடராசன்

முதல் பதிப்பு: ஜூலை, 2022

வெளியீடு

இளையோர் இலக்கியம்

பாரதி புத்தகாலயத்தின் ஓர் அங்கம்

7, இளங்கோ சாலை, தேனாம்பேட்டை, சென்னை - 600 018.
தொலைபேசி : 044-24332424, 24330024 | விற்பனை: 24332924.

விற்பனை நிலையங்கள்

அருப்புக்கோட்டை: கதவுஎண் 49 A/4 மெயின் ரோடு, தெற்கு தெரு - 9994173551

ஈரோடு: 39: 39 ஸ்டேட் பாங்க் சாலை - 9245448353 | கரூர்: நாரத கானசபா அருகில் (TNGEA OFFICE)- 9442706676

காரைக்குடி : 12, 2 வது தெரு, கம்பன் மணிமண்டபம் பின்புறம் - 9443406150

கும்பகோணம்: 352, ரயில் நிலையம் எதிரில் - 9443995061 | குன்னூர்: N.K.N வணிக வளாகம் பெட்போர்ட்

கோவை: 77, மசக்காளிபாளையம் ரோடு, பீளமேடு - 8903707294

சிதம்பரம்: 22A / 18B தேரடி கடைத் தெரு, கிழவீதி அருகில் - 9994399347

செங்கல்பட்டு: 1 D ஜி.எஸ்.டி சாலை - 044 27426964 | சேலம்: 15, வித்தியாலயா சாலை சாலை

சேலம்: பாலம் 35, அத்வைத ஆஸ்ரமம் சாலை 0427 2335952

தஞ்சாவூர்: காந்திஜி வணிக வளாகம் காந்திஜி சாலை - 9655542400

திண்டுக்கல்: பேருந்து நிலையம் - 9942331105, 9976053719

திருச்சி: வெண்மணி இல்லம், கரூர் புறவழிச்சாலை - 9994289492

திருநெல்வேலி: 25A, ராஜேந்திரநகர் - 9442149981 | திருப்பூர்: 447, அவினாசி சாலை - 9486105018

திருவண்ணாமலை: முத்தம்மாள் நகர் | திருவல்லிக்கேணி: 48, தேரடி தெரு - 9444428358

திருவாரூர்: 35, நேதாஜி சாலை - 9442540543 | நாகர்கோவில்: 699 கே.பி.ரோடு R.V.புரம் - 9443450111

நெய்வேலி: பேருந்து நிலையம் அருகில், - 9443659147 | பழனி: பேருந்து நிலையம் அருகில் - 9442883696

பாண்டிச்சேரி : கிழக்கு கடற்கரைச்சாலை, இலாசுப்பேட்டை, 9486102777

பெரம்பூர்: 52, கூக்ஸ் ரோடு - 9444373716 | மதுரை: 37A, பெரியார் பேருந்து நிலையம் - 045 22324674

மதுரை: சர்வோதயா மெயின்ரோடு

வடபழனி: பேருந்து நிலையம் எதிரில் அடையார் ஆனந்தபவன் மாடியில் - 9444476967

விருதுநகர்: 131, கச்சேரி சாலை - 0456 2245300 | வேலூர்: பேஸ் III, சத்துவாச்சாரி - 9442553893

நினைத்த நூல்கள்... நினைத்த நேரத்தில்...    BharathiTV | www.bookday.in

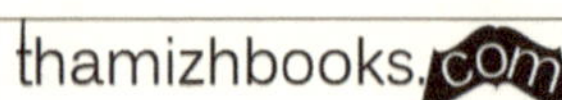

அச்சு : பிரிண்டெக், சென்னை - 600 005.

அபாய காலத்தை வரைந்து காட்டும் காலநிலை அகதிகள்

புனைகதை உலகு அலாதியானது. வாழ்வின் அனுபவங்களோடு கற்பனையும் இணைகின்ற போது அது வேறொரு தளத்திற்கு நம் மனதை நகர்த்திச் சென்று விடுகிறது. அதுவும் அறிவியல் புனைகதை என்பது அறிவுப் பூர்வமான ஆக்கங்களோடு கற்பனையும் - குறிப்பாக, எதிர்காலம் பற்றிய கற்பனை - இணைகின்ற போது நமக்கு அது புது அனுபவங்களையும், வியப்பையும், பரவசத்தையும் ஏற்படுத்தி விடுகிறது. கற்பனையான (Fantasy) புது உலகில் உலாவுகிற அனுபவம் என்பது மனித மனம் இயல்பாக விரும்புவதாகும். அது அனுபவமாக மட்டும் நின்று விடாமல் புத்தாக்கச் சிந்தனையை கூர்மைப்படுத்துவதாகவும் அமைந்து விடுகிறது.

அறிவியல் புனைகதை உலகம் தனித்துவ அனுபவமாகவும் கற்பனையின் எல்லைகளை விரித்துக் கொண்டு செல்வதாகவும் அமைந்து விடுவதால், உலகின் பல மொழிகளிலும் - குறிப்பாக, ஆங்கில மொழியில் - அறிவியல் புனைகதை வகைமை செழித்து வளர்ந்துள்ளது. இன்றும் அதற்கான இடம் என்பது நிலையானது.

உலகத்தின் முதல் அறிவியல் புனைகதை என்று கருதப்படும் மேரி ஷெல்லியின் "ஃப்ராங்கின்ஸ்டைன்" அடிப்படையில் ஒரு பேய்க்கதை. ஆனால், ஒரு கட்டத்தில் அறிவியலோடு இணைத்துவிடும் தன்மைக்கு செல்கிறது. பிரெஞ்சு நாவலாசிரியர் ஜூல்ஸ்வெர்ன் (Jules vern) (1828-1905) ஐரோப்பாவின் பெரும்பாலான பகுதிகளில் அறிவியல் புனைகதை வகைகளில் மிகுந்த தாக்கத்தை ஏற்படுத்தியவர். அறிவியல் புனைகதை என்றவுடன் நம் நினைவுக்கு வருபவர் எச்.ஜி. வெல்ஸ் (H.G. Wells 1866-1946). இவர் எழுதிய மிகச் சிறந்த படைப்பே "தி டைம் மெஷின்" விண்வெளி யுகத்தின் தீர்க்கதரிசி என்று போற்றக்கூடியவர் ஆர்தர் சி. கிளார்க் (1917-2008); ஃப்ராங்க் ஹெர்பர்ட் மகத்தான அறிவியல் புனைகதையாளர்; ரே பிராட்பரி, ஐசக் அசிமோவ் உட்பட பலரையும் சுட்டலாம். தற்போது டேவிட் வோங், கோரி

டாக்டரோவ், மேரி ராபினெட் கோவல், கோனிவில்லிஸ் என்று பலரும் எழுதி வருகின்றனர்.

ஊகப் புனைவு (Speculative fiction) என்பதற்கும், அறிவியல் புனைவுக்கும் சில வேளைகளில் வேறுபாடுகள் அறிய முடியாது போய்விடுவதும் உண்டு. எச்.ஜி. வெல்ஸ் 'கால இயந்திரம்' பற்றிய கற்பனைகளை, ஐன்ஸ்டீனுக்கு ஐம்பது ஆண்டுகளுக்கு முன்னரே செய்திருக்கிறார் என்பதனை நாம் கருதிப் பார்க்க வேண்டும். எனவே அறிவியல் புனைவுகளை அறிவியலுக்கான தோற்றுவாயாகவும், அறிவியல் வளர்ச்சியுடனும் இணைத்துப் பார்க்க வேண்டியதாக உள்ளது.

பெரும்பாலும் அறிவியல் புனைகதை ஆக்கங்கள் எதிர்காலச் சாத்தியக் கூறுகளை உள்ளடக்கியது என்றே சொல்லலாம். விண்வெளிப் பயணம், வேற்றுக்கிரக வாசிகள், இயல்பு மீறிய நிகழ்வுகள் நடைபெறுவதாகவும் அறிவியல் புனைகதைகள் அமைந்திருப்பதனையும் காணலாம்.

ஃப்யூச்சரிஸம், ஃப்யூச்சராலஜி என்ற கோட்பாடுகளின் அடிப்படையில் பல புனைகதைகள் எழுதப்பட்டு வருகின்றன. தொடக்க கால ஃப்யூச்சரிஸ அறிவியல் புனைகதைகள் எந்திரங்களை மட்டுமே ஆராதிப்பனவாகவும், மனிதனைக் கொச்சைப்படுத்துவனவாகவும் - சமயங்களில் போர்களை உயர்த்திப் பிடிப்பனவாகவும் - அமைந்திருந்தன. இவ்வகைமைக்கு ஆதரவும், எதிர்ப்பும் எழுந்தன.

தமிழில் அறிவியல் கட்டுரைகள் எழுதப்பட்ட அளவிற்கு அறிவியல் புனைகதைகள் எழுதப்படவில்லை எனலாம். எழுத்தாளர் சுஜாதா அதில் காத்திரமான பங்களிப்புச் செய்தவர் எனலாம். "என் இனிய இயந்திரா" என்ற புதினம் 1980 களில் மிகப்பெரும் வரவேற்பைப் பெற்றது. அதில் வரும் 'ஜீனோ' என்னும் ரோபோ நாய் பிரபலமாகியது. பின்னர் சுஜாதாவே, "மை டியர் ஜீனோ" என்னும் மற்றொரு புதினத்தையும் படைத்ததோடு, அறிவியல் சிறுகதைகள் பலவற்றையும் எழுதினார். தமிழ்மகன், "ஆபரேஷன் நோவா" உள்ளிட்ட சில அறிவியல் புதினங்களைப் படைத்துக் கவனம் பெற்றார்.

சுஜாதாவிற்குப் பின்பு தொடர்ச்சியாக அறிவியல் புனைகதைகளை எழுதி வருபவர் 'ஆயிஷா' இரா. நடராசன். மிக நுட்பமான படைப்பாளி, சமூகத்தின் மீதும் இளையோர்கள் மீதும் நம்பிக்கைகொண்டு எழுதிவருபவர், 2014ஆம் ஆண்டுக்கான பால

சாகித்திய விருது இவர் எழுதிய "விஞ்ஞான விக்கிரமாதித்தியன்" கதைக்குக் கிடைத்தது. சர்க்கஸ். காம், பூஜ்ஜியமாம் ஆண்டு, பூமா, விண்வெளிக்கு ஒரு புறவழிச் சாலை டார்வின் ஸ்கூல், 1729 டெலஸ்கோப் மாமா போன்ற அறிவியல் புனைகதைகளையும், பீனிக்ஸ் அறிவியல் நாடகத்தையும் டார்வின், பாரடே, மேரி க்யூரி, கலிலியோ ஆகியோரின் வாழ்க்கை வரலாறுகளை ஓரங்க நாடகங்களாகவும் படைத்து இந்தியஅளவில் தனிக்கவனம் பெற்றவர். இவருடைய இலக்கியப் படைப்புகள் மலையாளம், தெலுங்கு, கொங்கணி, ஆங்கிலம், பிரெஞ்சு, வங்காள மொழிகளில் மொழியாக்கம் செய்யப்பட்டுப் புகழுடைந்துள்ளன.

இவருடைய "காலநிலை அகதிகள்" என்ற இந்த அறிவியல் இப்புனைகதை மிக முக்கியமானதாகக் கருதப்படுகிறது. இந்தப் புதினத்திற்குள் செல்வதற்கு முன் காலநிலை குறித்த கருத்தாக்கங்கள் பற்றித் தெரிந்து கொள்வது அவசியம். ஐக்கிய நாடுகள் சபையின் கால மாற்றத்திற்கான குழு 2022 பிப்ரவரியில் கூடியது; 67 நாடுகளைச் சேர்ந்த, 270க்கும் மேற்பட்ட வல்லுநர்கள் அதில் பங்கேற்றனர். அவர்கள் கூட்டாக ஒரு அறிக்கையை வெளியிட்டனர். அதில் "நவீன நுகர்வு வாழ்க்கை முறைகளால் இயற்கையை விட அதிகமான வெப்பம் ஏற்படுகிறது. அப்படி உருவாகும் அளவுக்கு அதிகமான வெப்பம் பூமியிலிருந்து வெளியேறாமல் தடுக்கப்படுகிறது. இதை வெளியேற்றுவதற்கான வழிமுறைகளை விரைவில் நாம் ஏற்பாடு செய்யாவிட்டால் பூமியில் வாழும் உயிர்களின் வாழ்க்கைத் தரமும் நிலையான எதிர்காலமும் பாதிக்கப்படும்" என எச்சரிக்கப்பட்டுள்ளது.

ஆயிஷா, இரா, நடராசனின் "காலநிலை அகதிகள்" என்னும் புனைகதை எதிர்காலத்தை ஒரு புனைவுச் சித்திரமாக நம் கண் முன்னே கொண்டு நிறுத்துகிறது. இது வெறும் புனைவாக மட்டுமல்லாமல் அறிவியல் ஆய்வுகளின் நீட்சியாகவும் வெளிப்படுகிறது, இந்த அறிவியல் புதினத்தில் வரும் வைரஸ், வில்லியாகவும் கதாநாயகியாகவும் வரும் சோமினா மிக முக்கியமான கதா மாந்தர்கள். இன்றை நிகழ்கால வாழ்வில் நாம் கவனிக்கத்தவறிய அல்லது அலட்சியமாகப் புறந்தள்ளிய யதார்த்தம். உயிர்ப் பரிமாணத்தின் வரலாற்றைப் பேசுகிற இப்புதினம் அறிவியல் தொழில்நுட்ப வளர்ச்சியையும் அதனை முறையாகப் பயன்படுத்தாததால் ஏற்படும் வீழ்ச்சியையும் உரக்கப் பேசுகிறது. மனித குலம் ஒன்றுதான் தன்னைத் தானே இப்புவியில் வாழத்

தகுதியற்றதாக புவியை ஆக்கிவிட்டது" என்கிறார் ஆயிஷா இரா,நடராசன்.

இந்த நாவல் முன்னும் பின்னுமாக நகர்ந்து, பல புதிய கதவுகளைத் திறந்துவிடுகிறது . அது தரும் ஒளியும், அதன் வாயிலாகப் பெறும் உணர்வும் மிக முக்கியமானதாகப்படுகிறது.

வரலாற்றுப் புனைகதைகளிலும், அறிவியல் புனைகதைகளிலும் கலையின் வெளிப்பாடு தளர்ந்து அறிவின் வெளிப்பாடு அல்லது தரவுகளின் வெளிப்பாடு மேலோங்கியிருக்கும் என்ற கருத்தாக்கத்தை இப்புதினம் தகர்த்து, கலை / அறிவு இணைந்து பயணிக்கும் தன்மையைக் காண முடிகிறது. குறிப்பாக இப்புதினத்தின் கலை வெளிப்பாடு கவனிக்கத் தக்கது-. கவனமுடன் செதுக்கப்பெற்ற சிற்பத்தைப் போலச் செதுக்கப்பட்டுள்ளது இதன் சிறப்பு.

இந்த அறிவியல் புனைவு நகர்ந்து செல்லும் மைய இலக்கு ஒன்றாக இருப்பினும் அது சிதறி விரிந்து விவரித்துச் செல்லும் சித்திரங்கள் மானுடத்தின் குரலாக ஒலித்துக் கொண்டே இருக்கிறது-. அதாவது, முன் கருதுகோளோடு (Hypothesis) நாவல் முன்னேறிச் சென்றாலும், ஆச்சரியத்துக்கு அப்பால் அடர்ந்து படர்ந்து கிடக்கும் அறிவியல் சிறகுகளைப் பரப்பிச் செல்கிறது. அதன் அழகும் வடிவமும் நெஞ்சை அள்ளுகிறது, இந்தப் புதினத்தில் ஆயிஷா இரா, நடராசன் பின் தொடர்ந்து செல்வது ஒரு மையமாக இருப்பினும், அதன் வாயிலாக நாம் வெவ்வேறு திசைகளை கண்டடைய முடிகிறது.

"கோடிக்கணக்கான மக்கள் - மனிதர்கள் - புவியின் அதீத பனி. அதீத வெப்பம், பேய் அமில மழை .... எரிமலை பூகம்பம் சுனாமி என்று செத்து மடிந்தனர். .... நாம் பருவநிலை அகதிகளாக புவியில் சில ஆயிரம் பேர் உயிரோடு இருக்கலாம்.... அதில் உங்களில் நம்மில் சிலரையேனும் வைரல் மீட்டிருக்கிறான். மனிதகுலம் புவியில் உயிர்த்திருக்க முடியாது என்கிற நிலை வந்தபோது.... சில ஆண்டுகள் முன் புவியின் எதிர்காலம் கருதி மரபணு கருவளர்ச்சி அறிஞர்கள் ஒரு தந்திரம் செய்தார்கள்..." என்று சூழலியலின் பல்வேறு உள் அடுக்குகளை ஆயிஷா இரா, நடராசன் அவிழ்த்துக் காட்டுவது நமக்கு ஆச்சரியத்தையும் அதிர்ச்சியையும் தருகிறது.

இந்தப் புதினம் கி.பி. 3050-3040இல் எப்படி இருக்கும் என்ற புதிரோடு தொடங்குகிறது. துப்பறியும் மர்ம நாவல் போல எதிர்பாராத திருப்பங்களுடன் விரிந்து செல்கிறது. விடையாக

தீவுகள் மூழ்கும், பெருங் கண்டங்கள் தீவுகளாக மாறும். மக்களுக்கு நிலையான இருப்பிடம் இருக்காது. மக்கள் அகதிகளாக மாறுவார்கள். ஆம். இந்தக் காட்சிகளெல்லாம் நம் கற்பனையையும் மீறி நாம் காண்பதற்கு நம் கண்முன் கொண்டு நிறுத்துகிறார்

சுற்றுச்சூழல் குறித்து, குறிப்பாக சுற்றுச்சூழலில் மிக முக்கியமான காரணியான தற்போது திகழும் புவி வெப்பமாதல் குறித்த முதல் தமிழ் அறிவியல் புதினமாக இதனைக் கருத இடமுண்டு. கலைச் சொற்களும் சரி, எடுத்துரைப்பு மொழியும் சரி, வாசிப்புக்கு இடையூறு இன்றி இருப்பது இப்புதினத்தின் தனித் தன்மைகளில் ஒன்றாகும். தேர்ந்த ஒரு கையினால் தான் இப்படியான ஒரு படைப்பைத் தர இயலும். சுவையாகவும், விறுவிறுப்புடனும் அதே வேளை அதன் நோக்குநிலை மாறாமலும் கருத்துநிலை கலையாமலும் ஒருவிதமான கலைக் கட்டுமானத்துடன் கட்டமைக்கப்பட்டுள்ளது இப்புதினம். எனவே, எளிதில் எல்லோரும் உள்ளே சென்று எளிதாக வெளியே வந்துவிடலாம்.

புவி வெப்பமடைதல் என்பது உலகை அச்சுறுத்தும் முதல் சவாலாக உள்ளது. 2050இல் உலக மக்கள் தொகையில் 70 சதவீதம் பேர் நகரங்களில் வசிக்கும் நிலை ஏற்படும். ஆனால் இவர்கள் வெப்ப அலைகளால் (Heat wayes) தீவிரமாகப் பாதிக்கப்படுவர்; அதிக மன அழுத்தத்திற்கு ஆளாவர். பெருவெள்ளம், கடுங்குளிர், அதீத வெப்பம் என அவதிக்குள்ளாவார்கள். தண்ணீர்ப் பற்றாக்குறையும், தூய காற்று கிடைக்காமலும் மக்கள் அவதிக்குள்ளாவார்கள் அவர்களை அகதிகளாக்கி அலைக்கழிக்கும் என்ற அறிவியல் அறிஞர்களின் கூற்றை நாவல் ஒரு சித்திரமாக வரைந்து காட்டியிருக்கிறது. வலிநிறைந்த இந்த காட்சிகளை நாம் எளிதில் கடந்து விடமுயாது இது வெறும் கற்பனை அல்ல என்ற அறிவியல் உண்மை நம்மை சுடத்தான் செய்யும் , அதை சுடராக ஏற்றி விட்டிருக்கிறார் ஆயிஷா இரா, நடராசன், காலநிலை அகதிகளின் மையத்தை தொட்டு மட்டுமே காட்டியிருக்கிறேன், கதையினை வாசித்து அந்த அனபவத்தினை நீங்கள் பெறவேண்டும், நிச்சயம் அது உங்களுக்குப் புது அனுபவமாக இருக்கும். மிக எளிமையாக அதே வேளை மிக வலிமையாகச் சொல்லியுள்ளார்.

அடுத்தடுத்த தலைமுறை தழைக்கவேண்டுமென்று மட்டுமல்ல இந்தத் தலைமுறை நிலைக்கவேண்டும் என்ற அக்கறை கொண்ட ஒவ்வொரு மனிதரும் அவசியம் வாசிக்க வேண்டிய புதினம் இது.

- பாரதிபாலன்

அணிந்துரை

பூமி சூடாகிக் கொண்டிருக்கிறது. இன்னும் பத்து வருடங்களில்2030-2020ல் வெப்பம் 1.5 டிகிரி செல்சியசைத் தாண்டுவது உறுதியாகிவிட்டது. இப்பொழுதே வெப்ப உயர்வினால் பேய் மழை, பெரு வெள்ளம், கடும் சூறாவளி, கொடும்புயல், தீ ஜ்வாலை பற்றி எரியும் காடுகள், தண்ணீர் வற்றி புதிய வறண்ட பாலை நிலங்கள்,பனிப் பாளங்கள் தகரும் துருவங்கள், கடல் நிலத்தை விழுங்கும் அபாயம் என பருவ கால மாற்றத்திற்கான எச்சரிக்கைகளை இயற்கை வெளிக் காட்டுகிறது.

நிலம், நீர், காற்று ஆகிய உயிர்க் கோளங்களின் குடியிருப்புகளை உயிரின வகைகள் காலி செய்து கொண்டிருக்கின்றன. தூர,ஆழ,உயர தேசங்களுக்கு விரைந்து போய்க் கொண்டிருக்கின்றன. காலநிலை மாற்றத்தின் பாதிப்புகள் உயிரிங்களில் தகவமைப்பைக் கொண்டு வருகின்றன. இது இப்படியே போனால்...கி.பி 3050-3040ல் எப்படி இருக்கும். இதுவே இந்த அறிவியல் புதினத்தின் துவக்கம்.

தீவுகள் மூழ்கி அங்குள்ளவர்கள் ஜலசமாதி அடைந்து விடுவார்கள்.பெருங் கண்டங்கள் தீவுகளாக மாறும். அங்கு வாழும் மனிதர்கள் அகதிகளாக மிகப் பெரிய கப்பலில் மிதந்து கொண்டே இருப்பார்கள்.நிலையான இருப்பிடம் இல்லாமல் தீவுகளாக மாறிய கண்டத் திட்டுகளின் அருகில் சென்று வாழ்க்கையை நடத்துவார்கள். இவர்களே காலநிலை அகதிகள். இதுவே இப் புத்தகத்தின் கரு.

ஒரு சிறு அறிவியல் புதினம் என்றாகும் போது காலநிலை அகதிகளை நிம்மதியாக வாழ விடாமல் வில்லனாகத் துரத்தும் ஒரு பன்னாட்டு கார்பொரேட் கம்பெனி. இந்தக் கம்பெனி வழக்கம் போல், காலநிலை மாற்றத்தை உருவாக்கி விட்டு அடுத்த கிரகங்களுக்கு குடியேறிய கோடீஸ்வரர்களுக்களுக்கு உரிய சப்ளை& சர்வீஸ் செய்கின்றது. இதற்காக கப்பலில் அலையும் நிலமற்ற காலநிலை அகதிகளை காவு வாங்கி தனது வர்த்தகத்தை நடத்துகிறது. காலங்கள் கொடூரமாக மாறிய பின்னரும் இந்தக் கார்ப்பொரேட்டுகளும் கோடீஸ்வரர்களும் மனிதத் தன்மையற்றவகள் என ஆசிரியர் படம் பிடித்துக் காட்டுகிறார்.

இந்த அறிவியல் புதினத்தில் கதாநாயகனக வரும் வைரல் வில்லியாக வந்து கதாநாயகியாக மாறும் சோமினா, கதாநாயகனின்

தாய் ஆகிய பாத்திரங்கள் மனிதத் தன்மை மிக்க காவிய நாயகர்களாக படைக்கப்பட்டிருக்கிறார்கள். நாயக, நாயகிகள் உயிரித் தொழில் நுட்பத்தில் உருவாக்கப்பட்ட மரபணு மாற்ற மனிதர்கள் என்பது எதிர்கால சந்ததியர்கள் எப்படி இருப்பார்கள் என்ற கற்பனையை ஆசிரியர் தெறிக்க விடுகிறார். கதாநாயகன் வைரல் இந்து, இஸ்லாம், கிறித்துவ மதக் கலப்பின மனிதன் என மத நல்லிணக்கத்தை மெல்லிய நூலாக படர விடுகிறார்.

தங்கள் கப்பலின் அகதிகளை காப்பாற்றவும், ஆழி சூழ் நிலத் திட்டுகளில் ஆங்காங்கே எஞ்சி இருக்கும் அகதிகளைக் கண்டறிய தொடர்ந்து பயணிப்பதும் அப்போது விடாமல் துரத்தப்படும் பன்னாட்டுக் கம்பெனிக்கு சவால் விடுவதும் போன்ற சாகசங்கள் ஒரு துப்பறியும் புதினம் போல் நம்மை இழுத்துக் கொண்டு செல்கிறது.

இது உயிரிப் பரிணாமத்தின் வரலாற்றைப் பேசுகிறது. மனிதனின் அறிவியல் தொழில்நுட்ப கண்டுபிடிப்புகளைப் பேசுகிறது.காலநிலை மாற்றம் உச்சமாக இருக்கும் போது அறிவியல் தொழிநுட்பத்தின் உச்சம் பற்றிப் பேசுகிறது. தற்போது சென்று கொண்டிருக்கும் ஆராய்ச்சிகளை சரியாக நாடி பிடித்து அது எங்கே கொண்டு போய் நிறுத்தும் எனக் கணிக்கும் ஆசிரியரின் கற்பனை வளத்தை கண்டு மெய் சிலிர்ப்பு வருகிறது. இது ஆசிரியர் ஆயிசா நடராஜன் அவர்களுக்கு முதல் நூலிலிருந்து கை வந்த கலை. இது அவரின் விமர்சனப்பூர்வமான அறிவாற்றலைப்முத்திரை பதிக்கிறது.

எம்ஜிஆர் நடித்த ஆயிரத்தில் ஒருவன் கப்பல் நினைவுக்கு வந்தாலும் பைபிளில் கூறப்படும் பெருவெள்ள ஊழிக் காலத்தில் நோவா என்பார் ஒரு படகில் எஞ்சி இருக்கும் விலங்குகள், தாவரங்களை ஏற்றிக் கொண்டு தப்பித்துச் செல்லும் காவியக் கதையை நினைவு படுத்துகிறது. ஆனால் அந்த நோவாவிற்கு கொலைகார கார்பொரேட் கம்பெனி என்ற வில்லன் இல்லை.

காலநிலை மாற்றம் என்பது இயற்கையக் கொள்ளை அடித்து அமில மழையையும் ஆழ்கடலையும் நாசமாகிய முதலாளித்து பொருளாதார உற்பத்தி நுகர்வு முறையை சுட்டு விரல் காட்டி நம்மை எச்சரிக்கிறது. காலநிலை மாற்றத்தைத் தவிர்க்க இந்த முறையை ஒழித்துக் கட்ட வேண்டும் என்ற நீதியை இந்த அறிவியல் புதினம் முன் வைக்கிறது. இதனால் ஆயிஷாவுக்கு ஒரு சபாஷ்.

பொ.இராஜமாணிக்கம்,
பொதுச் செயலர்,
அகில இந்திய மக்கள் அறிவியல் கூட்டமைப்பு.

காலநிலை புவியை ஆட்டிப்படைத்த ஆண்டுகள் பல கழிந்தபின் ஒரு நாளின் விடியல் இது. வருடம் கி.பி.3040க்கும் கி.பி.3050க்கும் இடையே ஏதோ ஒரு ஆண்டு. சுழலிய சீரழிவு பேரழிவாய் ஆகிவிட்ட அந்தநாளில் அழிவின் விளிம்பில் ஒரு உயிரி. அதுவே மனிதன். அவன் காலநிலை அகதி. அவனுக்கான ஒரே நம்பிக்கை 'காலநிலை அகதிகள்' கப்பல். மீட்கப்படுமா மானுடம்?

'காலநிலை அகதிகளின்' 21வது பயணம். வைரல் அடுத்த கரை காண இன்னும் ஆறு புவிநாட்கள் இருப்பதை நினைவு படுத்திக் கொண்ட தருணத்தில் மழை விட்ட மாதிரி இருந்தது. அமில மழை.

கப்பலின் மேல் தளத்தில் இனி அடுத்த சுனாமி வரை சற்றே சற்றே தொலை வெளிகளை ஆராயலாம். வைரல் நடமாடத் தொடங்குவதை சாரலால் உணரமுடிந்தது. 'விழிமீனிடம் விழிப்பாக இருக்கவேண்டும்..... எதற்கும் அவசரப்படாதே வைரா' என்றார் சாரல். அவர்களது முழு உயிர்த்திருத்தலும் தன் மகனை நம்பி இருப்பது அவருக்கு சமயத்தில் பதட்டத்தை கொண்டுவந்தது.

உலகிலேயே வைரல் மாதிரி மூன்று பேருக்கு பிறந்தவர்கள் மொத்தம் ஆறுபேர். அவுலியா தேசத்தின் வாரிசாக அறிவிக்கப்பட்ட ஒரு பிள்ளை இறந்தே பிறந்தது என்பது தொலைதூர செய்தி. இப்போது வைரல் ஐவரில் ஒருவன் மீதமிருக்கும் நான்கு பேரும் பிம்பால் நிறுவனத்திடம் சரணடைந்து விட்டவர்கள். ஒன்று அடிமைப் பிடியில் அல்லது பிம்பால் நிறுவன சேவகராக இருக்க சபிக்கப்பட்டவர்கள் அவர்கள். எனவே எஞ்சிய மனித இனத்தின் ஒற்றை உயிர்க் காப்பாளன் இப்போது

வைரல் மட்டும்தான். ஆனால், பிம்பால் நிறுவனம் சொல்லிக்கொள்வது வேறு.

வைத்தீஷ்வர், ரசூல், லாரன்சு ஆகிய மூவரின் கலப்பு உயிரி மரபணு திரிபாக ஆய்வகத்தில் பிறந்ததால் மூன்று பெயர்களின் இணைப்பாக அவன் வைரல் ஆனான். ஆனால் இந்த விஷயம் இன்னும் அவனுக்கு தெரியாது. அந்த மூவரில் யாருடைய மரபணு மாற்றம் எத்தனை சதவிகிதம் வைரலுக்குள் கலந்திருக்கும் என்பதை இப்போது கண்டுபிடிப்பது மிக மிகச் சிரமம். சில சமயம் மூவரின் இனப்பெருக்க முகத்திரை என்பது முதல் சில ஆண்டுகள் ஒருவராக பிறகு நடு ஆண்டுகள் ஒருவராக பின் கடைசி ஆண்டுகள் மூன்றாம் நபராகவும் அவனது வாழ்க்கை அமையவகை செய்யலாம். ஆனால், வைரலின் ஆக்கம் என்பது மனித இனத்தின் தேவையாக உணரப்பட்டது.

கொடுமழை ஆண்டுகள்
கடும்பனி ஆண்டுகள்
கொதிவெப்ப ஆண்டுகள்

இவ்வளவுதான் பூமி. ஆனால் புவி இப்படி இருந்தது கிடையாது கிடையாது என்பது பலரது கூற்று. வைரல் நம்பமாட்டான். கடந்த 100 வருடங்களாக எதுவும் மாறிவிடவில்லை என்பதற்கு வெளவால்கள் சாட்சி. ஆனால் கூடுதலாக ஆறு நாள் தொடர் பகல் பொழுது என்பது புதிதாக இருக்க வேண்டும். ஏனெனில் இரவுப்பறவைகளும் கோட்டான்களும் திணறுவதை அவன் புதைத்தீவில் நங்கூரமிட்டபோது உணர்ந்து வியந்தான்.

ஒருவேளை புதைத்தீவில் யாராகினும் மனிதர் மிச்சமிருந்து கப்பலில் இணைந்திருந்தால் அப்போது உண்மை நிலை அறியப்பட்டிருக்கலாம், அடுத்த நிலப்பிரதேசம் இன்னும் ஆறு நாட்கள் பயணப்படி தொலைவில் இருந்தது.

'காலநிலை அகதிகள்' கப்பலில் இப்போது மொத்தம் அறுபத்தேழு அகதிக் குடும்பங்கள் இருந்தன. ஆறு தனிமனிதர்கள் ஆக இருநூற்றி பன்னிரெண்டு பேர் மீதமிருந்தனர். நான்காண்டுகள் இருக்குமா? புவி அக்கினி வருடங்களின் இறுதியில் வைரலின் தந்தைப்பிரதேச மாலுமிகளின் இயந்திர சோதனை சுனாமியால் அடித்துப்போன துயர வருடத்தில் தொடங்கியது இது.

'இந்த பூமிக்கு பைத்தியம் பிடித்தது... பிசாசுகள் வசமாகியது...' தாய் சாரல் இன்னும் மதவாதியாகவே இருந்தார். பிறந்து பதிமூன்றாம் வருட ஜனிப்பு நாளில் வைரல் 'காலநிலை அகதிகள்' எனும் தனது ஒப்பற்ற மனிதத் தவத்தை தொடங்க வேண்டியிருந்தது. எல்லாம் இப்போதுதான் நடந்தது போல இருக்கிறது. மனித இனத்தின் மிச்ச சொச்சங்களை வேட்டையாடி பிடித்து செல்வது ஏன்? 'உண்மையில் பிம்பால் நிறுவனம்தான்' சொல்வதுபோல 'முழுமையான விடுதலை' 'அகதிகளாக இல்லாமல்.... அடையாளத்தோடு வாழ்தல்' என்பன நிஜமாயின் அவ்விதம் வாழ்கிறவர்கள் பற்றி வைரல் எந்த விதத்திலும் கேள்விப்படாதது ஏன்? காலநிலை அகதிகள் மீட்புக்கப்பல் மீட்ட குடும்பங்களின் கதைகள் எப்படிப்பட்டவை.

ஏழே வகையான தாவரங்கள் - நான்கே வகையான கடல் பிராணிகள், மூன்று நிலம் வாழ்பறவைகள் இவற்றிலிருந்தே குடிக்கும் நீர் பருக மனிதன் பெற முடியும் இந்த நூற்றாண்டில் கொட்டுவது எல்லாம் அமிலமழைகளே எனும் அவல சூழலில் தாகத்தில் மனித ரத்தத்தையும் விட்டுவைக்காத கொடிய காட்டு மனிதர்கள் அதிகமாயினர் என்பதை அக்கதைகள் அவ்வப்போது

உணர்த்தவில்லையா? தண்ணீர் யுத்தம். உயிர் வாழ்வதற்கான மகா யுத்தம் இது.

விழிமீனின் செதிலை முறுக்கி நன்னீர் எடுக்கும் வித்தை தெரிந்த வைரல் காலநிலை அகதிகள் கப்பலில் ஒரு நாளைக்கு ஒரு கையளவு நீரை அகதிகள் பருகக்கொடுப்பதும் அதற்காக கப்பலின் மேல்தளத்தில் விழிமீன்களை தனியே நூற்றுக்கணக்கில் வளர்ப்பதும் மனித வாழ்வை மீட்கும் ஒப்பற்ற ஆற்றலாக மிச்சமுள்ளது என்பதை மறுக்க முடியுமா...

இதுவரை கப்பல் சுற்றித்திரிந்த கடந்த இரு தீவுக்கூட்டத்தில் நன்னீர் மரங்களில் மூழ்கி பல தோல்பைகளில் தண்ணீர் பிடித்தது ஒரு சாதனை எனில் அகதிகள் நடுவே கப்பலில் நன்னீருக்காக நடந்த சண்டைகளை அவனால் மறக்க முடியவில்லை. தவிர அந்த தீவுக்கூட்டங்களில் மனிதர் யாரும் உயிருடன் இல்லை. ஆள் அரவம் இருந்த இரண்டாம் தீவில் பழைய தொழிற்சாலையின் இடிபாடுகளுக்கு நடுவில் நான்கு பிணங்கள் மட்டுமே அவர்களால் காண முடிந்தது... வெகு சமீபத்தில் பிம்பால் நிறுவனம் அந்த இடத்தை சூழ்ந்து மனிதர்களை பிடித்துச் சென்றிருக்கவேண்டும்.... பிணங்கள் எதிலும் எலும்பே மிஞ்சியது... வெறும் எலும்புகள்.

ஆறு விழிமீன்களை வைரல் பிடித்து வந்தான்... கப்பலின் மேல்தள தொட்டியில் அவை விடப்பட்டன.... அவைகளின் ஒரே உணவு அமிலமழை. இனி அடுத்த மழை வந்தால் கொழுக்கும் மீன்கள் அவை....

நட்சத்திரக் கூட்டம் நடுவே வானத்தை உற்று நோக்கினான் வைரல். இரண்டாண்டுக்கு ஒருமுறை தெரியும் நட்சத்திரக் கூட்டம் அது...'வெப்பநிலை 132 டிகிரி செல்சியஸ் நேற்றை விட 7 டிகிரி குறைவு' தனக்குத்தானே சொல்லிக்கொண்டான்..... தொடுவான தூரம் கண்டான்.. இருளிலும் அவன் விழிகள் பிரகாசிக்கும்.... அடுத்த சுனாமி வர 18 மணி நேரம் உள்ளது' என்றான்.

ஆனால் அந்த சுனாமியில் அவனிடம் சோமினா வந்து சேர்ந்து விடுவாள் என்பது அவனுக்கு தெரியாத ஒன்று.

சுனாமிகளின் திசை அறிந்து எதிர்ப்பக்கமாக 'காலநிலை அகதிகள்' கப்பலை செலுத்திய திசையில் ஆறு தீவுகள் என்று பெயரிடப்பட்ட ஒரு பகுதியை முதன் முறையாக அவன் கண்டான் நேரடியாக மழையில் உடல் வெந்த ஒரு குடும்பத்தை அவர்கள் மீட்ட அன்று தன் சகாக்களுடன் வழக்கமாக நன்னீர் தேடி தீவை நோட்டமிட மழை ஒரு தடையாக இருந்தது.

'ஐந்து மணிநேரம் பொறுத்திருங்கள்' என்றான் வைரல். அங்கே கொஞ்ச நாட்கள் தங்கிட முடிவும் அவன் செய்திருந்தான். நன்னீர் மட்டுமல்ல, ஆறு தீவுகளின் மத்தியில் இருந்த முதலைத் தீவு எனும் பகுதியில் அவர்களுக்கான உணவுச் சிப்பிகளை கடல் பாதுகாத்திருந்தது. இது அதிசயந்தான். காளான்கள் வளர்க்கும் சிப்பிகள்.

மனிதப் பேரழிவு இப்புவியை எல்லாத்திசையில் இருந்தும் ஆலைகள் ஊர்திகள் என்று அவர்கள் அழைத்த அமில பேயாட்டம் மூலம் உயிர்ப்பை கொல்லும் நீர்நிலைக் கொலைகளை ஊக்கப்படுத்திய முதல் நூறு ஆண்டுகளில் முழு கடலும் நஞ்சாகியபோதும் ஒரு சில பகுதிகளை தன் சுய மறுஉயிர்ப்பு நடவடிக்கை மூலம் இயற்கையே பாதுகாத்து வைத்துக் கொண்டிருப்பது பெரிய கொடை. அந்த உணவுச் சிப்பிகளை முற்றிலும் ஆராய ஒன்று கிடைத்தால் போதும் அவனுக்கு. இப்போதைக்கு உணவுச்சிப்பி என்று ஒன்று இருப்பது அவனது அக விழிகளுக்கு மட்டுமே தெரியும்.

வைரல் ஆக்கப்பட்டது ஒரு அதிசய இணைவு. இயற்கை அவனை உருவாக்கம் செய்த முறைக்கு இன்னும் பெயரிடப்படவில்லை. பல நூற்றாண்டுகளுக்குப் பின் அவ்விதம் யரோ மனித இனளழுச்சி வரலாற்று நாயகர்கள்

ACID RAIN

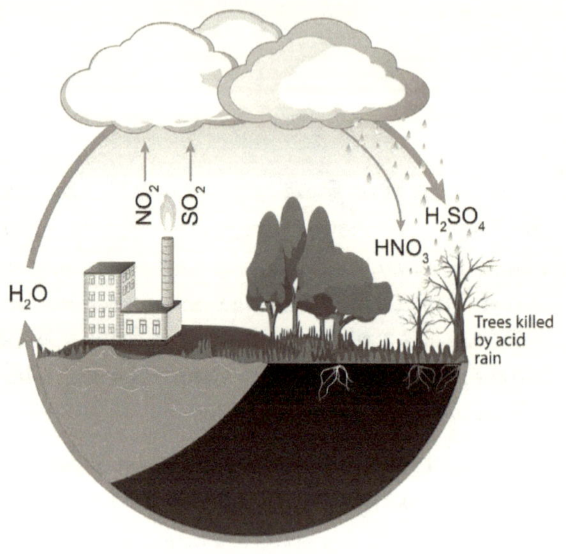

ஏதேனும் ஆராய்ந்து அறிந்து பெயர் வைக்கக்கூடும். உணவுச்சிப்பிகளின் வாழ் பகுதிக்கு வைரல் சென்ற நாள் மனித இனம் தீப்பொறியை அடைந்த நாளுக்கு இணையான ஒரு தினம் என வரலாறு ஒருநாள் பேசும்.

அவனது மெல்லுடலின் பொன்னிற தோல் ஏற்பிகள் உணவு இருப்பதை உடனே அறிவித்தன.... விரல் அடுக்கின் உணர்விகள் அந்த உணவு காளான் சிப்பிகளுக்கு உள்ளே வளர்ந்துள்ளதை சட்டென செல்களின் வழியே அவனது ஒப்பற்ற மூளைக்கு செய்தி கடத்துகின்றன. நாசித்துவாரங்களில் படிந்த காற்றின்மணம் அந்த உணவுக்கு எது உணவு என்பதை உடனே உணர்த்துகிறது...

ஒரு மாதம் இருக்குமா அதற்கும் மேலாக இருக்கலாம் வைரல் யாரிடமும் பேசுவதை நிறுத்திவிட்டான். சாரல் அம்மையார்கூட அவனிடம் நெருங்க முடியவில்லை. அவனுக்குள் மூன்று தனித்தனி ஆளுமைகள்-வல்லுநர்கள் முட்டி மோதுகின்றனர். வைத்தீஷ்வர் ஒரு தட்பவெப்ப நிபுணன், ரசூல் ஒரு கடல் மீனவன், லாரன்ஸ் பண்டை வேளாண் மரபைச் சேர்ந்த மண் வித்தகன். உடலே தட்பவெப்ப கருவியாக மனமே கடலாக மூளையே விளைச்சல் வெளியாகிட அவன் வைரல்தவித்த தவிப்புகள் சொல்லில் அடங்கா.

உணவுச் சிப்பிகளின் பிரதேசத்தை தனது எக்ஸ்ரே விழிகள் மூலம் காண முடிந்த அவனால் அந்தப் பிரதேசத்தை அடைவது பெரிய சவாலான இடர்பாடுகளால் ஆனது என்பதையும் உணரமுடிந்தது. எத்தனையோ கடந்து வந்துவிட்ட மானுடத்தின் ஆகச் சிறந்த மிகு நேர்த்தி உயிரியான அவனுக்கே அது பெரிய சவாலாக இருந்தது. செத்தகடல், செத்தகாற்று, செத்தமழை, செத்த காலம் என உயிர்ப்பு என்பதே அற்றுப்போன அந்தப் பகுதியின் உயிர்ப்பை இயற்கையாக ஆறடிக்கு கீழே புதைத்து வளர்த்து இருந்தது.

எனவே அந்தக் கடலடி மண்ணிற்கும் உயிர் இருந்தது. உயிருள்ள மண்! எத்தனை பெரிய அதிசயம். அவனால் பல நாட்களுக்கு அதனை நம்ப முடியவில்லை. தனது துல்லிய உடல் ஆற்றல்களை அவன் சந்தேகித்தான். தட்பவெப்பம் போலவே முன்பின் முரணிடும் மனதை மனிதன் எப்போதோ அடைந்து விட்டிருந்தான். எதிலுமே நிதானமும் வரிசையும் இல்லாத தட்பவெப்பம் அவனது மனம் போலவே.

கொடு மழை காலம் கடந்தால் கடும்பனிதான் வரும் என்பது நிச்சயமே இல்லை. காற்று முதல் காற்றுவரை வாழ தகுதியற்ற கோளில் வெப்பத்தின் உச்சம் கடல்களையே வறட்சி சூழவைக்கும் கொதி ஆண்டுகள் மிகக் கொடுமையானவை. அது மறுபடி வந்திட ஆறேபுவிஆண்டுகள் இருப்பதை உணர்ந்தவன் வைரல் மட்டுமே. ஆனால் இப்போது உணவுச் சிப்பிளை அடைந்திட பெரும்முயற்சி மேற்கொண்ட அந்த நான்காம் முறை மழையில் உடல் வெந்த குழுவில் இருந்து அவள் வெளிப்பட்டாள்

'நான்தான் சோமினா' என்றாள். முதலில் அவன் கவனிக்கவேயில்லை தனது தேடலில் இணைந்த சகாக்களோடு அவளும் வந்ததை உணரவும் இல்லை.'உணவுச்சிப்பிகளை உணரமுடிகிறது... அவைகளை அடையும் வழி எனக்குத் தெரியும்' என்றாள்....

வைரல் இத்தனை அளவுக்கு மனதை பறிகொடுத்த ஒரு சக உயிரியை இதுவரை சந்திக்கவே இல்லை. அவளை அருகே அழைத்ததை அவள் கவனிக்கவில்லை; கண்களை கறுப்புத் துணியால் கட்டிக்கொண்டிருந்தாள் அவள்.

சாதாரண மனிதர்களுக்கும் தன் சக உயிரிக்குமான வேற்றுமையை உடனே உணர்ந்திட அவனால் முடிந்தது. மனிதர்கள் யாவரையும் சக ஜீவன்களாகக்கருதி பதறுபவன் என்றாலும் தன்னை ஒத்த மூவர் வாரிசின் மூச்சுக்காற்றை உணர்ந்து பதறினான் வைரல்.... அப்படி ஒருத்தரை சந்திப்பது இதுவே முதல் முறை.

அவர்கள் சகாக்கள் யாருமே பின் அவன் கண்ணில் படவில்லை. விழிமீன்களை வேட்டையாடும்போது ஏற்படும் மன எழுச்சி நிலையை அவன் அடைந்திருந்தான். அவள் அவனருகே வந்திருந்தாள்.

'நாம் திரும்பிச்செல்ல வேண்டும்' என்றாள், ''உணவுச்சிப்பிகளை தேடிச் செல்லும் நேரம் இதுவல்ல.'

'ஓ....' என்றான் அவன். யாருடைய கட்டளைக்கும் அவன் கீழ்ப்படிந்தவனில்லை. எனினும் அவர்கள் திரும்பி இருந்தார்கள். அவளை முழுமையாக நம்ப வைத்தது எது?

மறுமுறை அவளை அழைத்துப் பேசும்போது சாரல் அம்மையார் உடனிருக்க நேர்ந்தது. மேல்தளத்திற்கு சாரல் வந்து வெகுநாட்கள் ஆகியிருந்தன. அவருக்கும் வேலை சரியாக இருந்தது. காலநிலை அகதிகளின் ஒரே ஒப்பற்ற அன்னை. அவர்களை கவனித்துக் கொள்வது உணவு, உறைவிடம், உறைவிட மேலாண்மை அவர்களுக்குள்ளான போட்டி சர்ச்சைகளைத் தீர்ப்பது... மீதிநேரம் எதிர்காலத்திற்கான விழிமீன் வலைபின்னுதல்... குழந்தைகளை பராமரித்தல்... வயதானவர்களுக்கு உதவுதல். அவருக்கு ஓய்வு என்பதே இல்லை.

'உன் கண்தான் உடலுக்கு விளக்கு' அவன் வைரல் பேசத் தொடங்கினான். படபடப்பு இருந்ததே ஒழிய அவனிடம் அச்சம் இருக்கவில்லை 'உன் பார்வை

தெளிவாக இருந்தால் உன் உடல் முழுவதும் ஒளியுள்ளதாய் இருக்கும்.... உன் கண் கெட்டிருந்தால் உன் உடல் முழுதும் இருளாகவே இருக்கும்...' என்றான். 'கண் கட்டி வாழ காரணம் என்ன...?' அவன் குரல் மேலெழும்பியது...

'விழிகள் எத்தனை முக்கியம் சோமினா...' சாரலின் குரலில் பரிவே அதிகம். 'விழிமீன்கள் என நாம் அந்த மிக ஆபத்தான மீன்களை ஏன் அழைக்கிறோம் அவைகளின் விழிக் கண்ணீர் துளிகள்தான் நம் குடிநீராக மாறுகின்றன... விழிமீன் தாக்கினாலும் அவை நம் கண்களைத்தான் தாக்கும்' என்கிறார் அவர். 'எத்தனை ஜனக்கூட்டம் மரித்திருக்கும்?'

'தற்போது என்னால்... எதுவும் சொல்வதற்கில்லை... விழித்திரை அகற்ற இது நேரமும் இல்லை' சோமினா என்கிற அவளது குரலும் வைரலின் குரல் அளவிற்கு ஆழமாகவே இருந்தது. 'காலநிலை அகதிகளாய் துயருற்று வாழும் நம் மனித குலத்தின் ஒரே நம்பிக்கை நீங்கள்தான் எனத் தேடி.... நாடி வந்தவர்களில் நானும் அடக்கம்...' என்றாள். 'என்னை நம்புங்கள்'.

'நான் முழுமையாக நம்புகிறேன்' என்றார் சாரல். வைரல் பேசவில்லை. தற்போது பேச வேண்டியவன் அவனல்ல... என்பது போல் இருந்தது அவனது செய்கை. 'இருள்.... முழு இருள்.... அதுவே உணவுச்சிப்பிகளை தேடிப் போகும் நேரம்' என்றாள் சோமினா. 'இன்றைய இரவு மழை இரவா?' என்று கேட்கிறாள் அவள்.

'இல்லை...' என்றான் வைரல். "நான் மட்டும்... போகிறேன் வேறு யாரும் வரத்தேவையில்லை" அவனது தீர்மானம் அவளை திடுக்கிட வைத்தது.

'ஆனால்...' என்றாள் அவள். பிறகு அவள் எதுவும் பேசவில்லை. ஏனெனில் அவள் பேசுவதை கேட்க அவன் அங்கே இல்லை.

முழு இருட்டு வரும் முன்பே வைரல் கிளம்பி இருந்தான். உடன் யாருமில்லை. சாரல் அம்மையார் எவ்வளவோ சொல்லியும் அவன் கேட்கவில்லை. ஆறுத்தீவின் முதலைத் தீவுப்பருதுக்கு இருள் லேசாக சூழும் முன்பே அவன் சென்றுவிட்டிருந்தான். உணவுச்சிப்பிகளை அவனால் முழுமையாக உணர முடிந்தது....

ஆனால் முழு இருட்டு சூழ்ந்தபோது தான் அவனுக்கு புரிந்தது.... 'சோமினா...' என்று முணுமுணுத்தான்.

இருளில் உணவுக் காளான் சிப்பி அவன் கண்களுக்கே புலப்பட்டது. ஏதோ ஒரு ஒளி அவற்றில் இருந்து வெளிப்பட்டு மண்ணையும் கிழித்தபடி வெளி தெரிந்தது... விரைவில் கை சொரட்டியால் மண்ணை நோண்டினான். ஆனால் இரண்டு கொத்து கொத்தி பள்ளம் பறித்ததுமே... பின்னால் இருந்து தாக்கப்பட்டான் வைரல்....

சுருண்டு விழுந்தவன் மீது பாய்ந்திருந்தது முதலை... அதன் வாலைப் பிடித்தவன் தலையை வேறு பக்கம் திருப்பிட முனைந்தபோது மற்றொரு முதலை அவன் மீது பாய்ந்தது...

ஆனால், நொடிப்பொழுதில் அவன் மீட்கப்பட்டான்... முதலைமீது இருமுறை கோடாரிகள் பாய்ந்து துளைத்திருந்தன. அவனை பிடித்து இழுத்து தன் தோளில் போட்டபடி ஓடியது சோமினா என உடனே அறிந்தான். ஏன் பலவீனமானோம் என யோசிக்க நேரமில்லை... முதலைக் கூட்டமே துரத்திட அவர்கள் மரத்தின்மேல் இருந்தார்கள்... அந்தப் பெண்.... அவளுக்கு அப்படி ஒரு பலம் இருந்தது.

கண் விழித்தபோது விடிந்திருந்தது. அவன் அவளது மடியில் மரக்கிளை வளைவில் பாதுகாப்பாக இருந்தான்.... 'உன்னை மனித இனம் இழந்துவிடக் கூடாது' என்றாள். ஏற்கெனவே முதலை கடிகளுக்கு பச்சிலைகள் கட்டப்பட்டிருந்தன. அவள் தனக்குத்தானே பேசிக் கொள்கிறாள். 'ஈடு இணையற்ற மனித குல சேவகன் நீ....' ஏதேதோ சொல்கிறாள்....

'இன்று இரவு உனக்கு காட்டுவேன்...' என்கிறாள்... 'எப்படி என்று காட்டுவேன்.... உணவுச்சிப்பி எடுக்கும் விதம் இதுவல்ல...'

அவன் கண்விழித்தபோது முகத்தை தடவினாள்; அவளது கண்கள் இன்னும் கட்டப்பட்டே இருந்தன என்பதை கண்டான். அவன் மெல்ல அவளிடமிருந்து விலகினான். அவளது கையை விட்டுவிட அவனுக்கு மனம் வரவில்லை. இதை உணர்ந்த போது அவளும் தன் பிடியை விடவில்லை.

ஆனால், அவன் மனம் மிகத் துரிதமாக வேலை செய்தது. கண்களைக் கட்டியபடி அவளால் எதையும் பார்க்க முடிகிறது. காயங்களுக்கு மருந்திடும் நிபுணத்துவம்.... உணவுச் சிப்பி இருப்பதை உணர அவளாலும் முடிகிறது....அதைக் கைப்பற்றும் முறைமையும் அறிந்தவள்.... யார் அவள்? காயத்தின் வலியும்... மருந்துகளின் மயக்க நெடியும் அவனை மீண்டும் உறங்கப்போட்டன.

அவனது விழிகள் லேசாகத் திறந்திருந்தன...'மனித குலம் ஒன்றுதான் தன்னைத் தானே இப்புவியில் வாழத் தகுதியற்றதாக்கி ஏனைய உயிரினங்களும் வாழத் தகுதியற்றதாக புவியை ஆகிவிட்டது...' என்கிறான். 'விவசாய நாட்கள், பிறகு ஆலையுகங்கள் பின்னும் தொடர்ந்த ஊர்திக் காலங்கள், கருவிக் கலாச்சாரங்களின் பேரழிவு பாதிப்பு காலநிலைகளை மனிதனே சுயநலம் என வளர்த்த வெகுஜன நகர்மய பெருநிறுவன போலி பொருளாதாரத்திற்கு வளைத்து புவியின் அழிவு நாட்களை உற்பத்தி செய்தான்... விவசாயம் செத்தது. புவியும் உயிர் துறந்தது...' என்றான். பற்களை கடிக்கிறான்.

பிறகு வெகுநேரம் பேச்சில்லை. மறுபடி லேசாக அறைவிழி திறந்தான். 'ஆதிமனிதனின் கடல் வேட்டை முதல் மீன் பிடியுகங்கள், மீன்பிடி படகுகள், மீன் கப்பல் பெரு பிடிப்புகள் என முகத்துவாரம் முதல் கப்பல் தளம் வரை பிடிக்க கடல் உயிரி ஏதும் இன்றி நெகிழி பிளாஸ்டிக் முற்றிலும் கொன்றபோது தொடங்கியது அமில மழையுகம்.... மனிதனின் இக்கடல் மாதாவுக்கான கொடிய தண்டனை' என்றான். உடல் நடுங்கியது.

மூன்றாம் முறை மயக்கம் தெளிய வெகுநேரம் ஆனது. சுரவேகத்தில் துடித்தவனின் நெற்றியில் சோமினா சாறுகளினால் பத்துபோடுகிறாள்.... அவளது மெல்லியக் கரங்களின் இதமான தடவலும் அங்கங்கே பிடித்துவிட்ட மருத்துவக்காப்பும் அவனது சுரவேகத்தை குறைத்தது. அறைவிழி திறக்க மீண்டும் உளறத்தொடங்கினான் வைரல்.

'பசுமைக்குடில்வாதிகள் வளிமண்டலப் போராளிகள் எல்லாம் செவிடன் காது சங்காகி வீழ்த்தப்பட்டார்கள்.... ஏன் மானுடம் பித்து தலைக்கேற தன்னிலை மறந்த கும்பல் நுகர்வு பெருங்கூட்டமாக மாறியது... வளிமண்டலமே விழுந்தது, தட்டுப்புவிப்பொறை கலங்கியது... எரிமலைகள் விழித்தன. மனிதனின் கும்பல்

செயல்பாடுகளே தட்பவெப்பம் தறிகெட்டு போக காரணமாயின. காலங்களை இழந்த புவி. பல மில்லியன் வருடங்களாக புவியோட்டுத் தகடுகள் தம் இயக்கத்தினால் புவியின் நீர் மற்றும் நிலப்பகுதிகளை மறு வரையறை செய்து புதியப் புதிய புவிஅமைப்புகளை உருவாக்கி வரவில்லையா.... ஆனால், புவி கண்ட அணு உலைப் பேரழிவுகளும் ஆயுதப்படை, மோதல்களும், சுரங்கவள சுரண்டல்களும் உலகின் தட்ப வெப்பம் வளிமண்டலம் கடல் நீரோட்டம் என எல்லாவற்றையும் சிதைத்து விட்டது' என்றான் அவன். உடல் வியர்த்தது....

'கண்டங்கள் அமைந்திருக்கும் நிலைதான் கடல்களின் புவியியலை தீர்மானித்து வந்தது... இன்றோ கண்டங்களும், கடல்களும் வேறு வேறல்ல.....' எனக் கூச்சலிட்டான். பிறகு, வெகுநேரம் அவனை அவனது உடல் உறங்கப்போட்டது. மீண்டும் கண்விழித்தபோது அவனுக்கு மயக்க நிலை தெளிந்து இருந்தது.

அருகில் சோமினா இல்லை. சட்டென எழுந்தான். மரக்கிளையை பிடித்துக் கொண்டு கிளைமேல் நின்றான் வைரல். கீழே எதற்காகவோ தீவைத்து எதையோ எரித்தபடி இருந்தாள் அவள். முதலைகள் வெகுதூரம் தள்ளிப் போயிருந்தன....

அவன் திடுக்கிட்டு விழித்து கூச்சலிட்டான். மரக்கிளையிலிருந்து சரசரவென்று தரை நோக்கி சறுக்கி இறங்கினான். உடலில் வலி மீதமிருந்தது. இருந்தாலும் ஒரு வகை பதட்டத்தில் அவள் அருகே ஓடினான். அருகில் கையில் கிடைத்த பெரிய கட்டை ஒன்றினால் தீயை ஓங்கி அடித்து அதை அணைத்தான். கண் கட்டி இருந்த அவளது முகத்தை ஓங்கி அறைந்தான் வைரல்.

'வானில் எழும் புகை நம்மையும் நம் கப்பலையும் காட்டிக் கொடுக்கும் சோமினா' முதல் முறை அவள் பெயரை குறிப்பிட்டிருந்தான். 'என்னை மன்னித்து விடு.... பிம்பால் நிறுவனத்திடமே நாம் சிக்கிவிடக்கூடாது' என்றான்.

ஒரு கணம் திடுக்கிட்டாள் அவள். ஆனால், மறுகணம் குரல் மாறிவிட்டிருந்தது..... 'எரிவது எறும்பு புற்று.... வைரல்... புகை வராது..' என்று மட்டும் சொன்னாள்.

வைரல் அதிர்ந்தான். ஆமாம் புகை வரவே இல்லை. மெல்ல மெல்ல அவள் அருகே சென்றான். 'மன்னித்துவிடு சோமினா' அவளைத் தாங்கிப்பிடித்தான்....'சோர்வாக சுர வேகத்தில்.. அப்படி செய்துவிட்டேன்' என்றான். கட்டியிருந்த கண்களை உற்று நோக்கினான்.

எரிந்த புற்றுக்குள்ளிருந்து சில உணவு உருண்டைகளை எடுத்து உண்ணக் கொடுத்தாள் அவள். 'இது கருத்த வேர் எறும்புப் புற்று... வைரல்.... அத்தனையும் மருந்து' என்றாள். கைகளை சூடேற்றிக்கொள்ளவும் அவள் தயங்கவில்லை. குற்ற உணர்ச்சி, இதுவரை அவன் அனுபவிக்காத ஒன்று.

'நம்... காலநிலை அகதிகள் கப்பலின் முழு பாதுகாப்பும் உன் கையில்தான் உள்ளது வைரல்.... எப்போதும் நீ அதே விழிப்புணர்ச்சியோடு இருப்பது... ஆச்சரியம் தருகிறது.... நீ கண்விழிக்கும் வரை நான் காத்திருந்து இருக்க வேண்டும்' அவளது சமாதானங்கள் அவனை மன அமைதி கொள்ள வைத்தன.

'இன்னும் சற்று நேரத்தில் இருள் வந்து விடும்' என்றாள். 'உணவுச்சிப்பிகளை எடுக்கும் முறையை நான் உனக்கு சொல்கிறேன்... கவலை வேண்டாம்...' 'தீயை நுகர்ந்துவிட்ட முதலைகள் இனி வெகுதூரம் சென்று விடும்... நம்மை அண்டாது' என்றாள்.

அவளது கையை பிடித்து இழுத்தான். அவன் மீது மிருதுவாய் விழுந்தவளின் காதில் கேட்டான் வைரல்.

'யார்... நீ... இப்போதாவது சொல்வாயா?'

'**சொ**ல்கிறேன்' என்றாள் சோமினா. 'முதலில் உன்னைப் பற்றி உனக்கு தெரியுமா வைரல்.... உனக்கு தெரியாத பலவற்றை நான் அறிவேன்' என்றாள்.

வைரலின் மனம் படபடத்தது..... அவனுக்குத் தெரியும். அவன் ஒரு வினோத பிறவி. தட்பவெப்ப புள்ளிவிவரங்களை துல்லியமாக அளக்கும் கருவியாக உடலே இயங்கும். யாருமே இப்புவியில் இதுவரை இருந்திருக்க முடியாது.

'இன்றிரவு மழைக்கு வாய்ப்புள்ளதா வைரல்?' என்று கேட்கிறாள் சோமினா. 'இல்லை... சோமினா.... அதிகாலை அது தொடங்குகிறது.... மூன்று பகல்களும் நான்கு இரவுகளும் விடாது' என்றான் அவன். ஆனால் உணவுச்சிப்பிகளை அவளாலும் நுகர்ந்துணர முடிந்ததே. அதுதான் அவனுக்கு ஆச்சரியத்தை கொடுத்தது.

'இன்று இரவு உனது உணவுச் சிப்பி எடுக்கும் முயற்சி வெற்றி பெறட்டும்... எதற்காக... எதை சாதிக்க நீ இந்த முயற்சி எடுக்கிறாயோ.... வைரல் அது வெற்றிகரமாக நடக்கட்டும்.... பிறகு எல்லாவற்றையும் நானே சொல்லிவிடுகிறேன்....' படபடவென பொரிந்தாள் அவள்.

'ஒரு வேண்டுகோள்.... வைரல்' என்றாள். சற்று நேரம் கழித்து.'நான் உண்மைகளை உன்னிடம் சொல்லும் வரை என் கண்களை கட்டி இருப்பது தவிர வேறு வழியில்லை வைரல். அதை அவிழ்க்கச் சொல்லி கட்டாயப்படுத்தாதே.... ஒருவேளை தானாக ஏதோ காரணத்தால் அந்த கட்டு அவிழ்ந்தால்.... அதை உடனே கட்டிவிட வேண்டும்... என் முன் நீ வந்து நிற்கக்கூடாது வைரல்....' அவள் எச்சரிப்பது போல கூறுகிறாள். 'தயவுசெய்து எனக்கு நீ வாக்களிக்க வேண்டும்' என்றாள்.

நீண்ட தயக்கம். பலவிதமாக உணர்வுகளை அடக்கிக் கொண்டு வைரல் கடைசியாக சொன்னான்: 'சரி.... வாக்களிக்கிறேன்.... ஆனால் கண்கள் கட்டியிருப்பது கட்டாமல் இருப்பது... உன்னைப் பொறுத்தவரை அதிக வித்தியாசமில்லையே....' அவள் புன்னகைத்தாள்.

'எனது பதினாறு வருட வாழ்க்கையில்.... உன்னைப் பற்றி அறிந்து கொண்ட இந்த மூன்றாண்டுகள் எனக்கென்று தனிமை கிடைக்கும் போதெல்லாம் நான் இதற்காக கடும் பயிற்சிகள் செய்திருக்கிறேன் வைரல்... என் உயிரை பணயம் வைத்துதான் வந்திணைந்து இருக்கிறேன்' அவள் ஏதேதோ சொல்ல ஆசைப்பட்டாள்.... ஆனால், அவ்விடத்தில் இருள் சூழ்ந்திட மீண்டும் உணவுச்சிப்பிகள் புதை சேற்று மண்ணிற்கு மேல் பளபளத்தன... நெற்றிருந்த பதட்டமின்றி அவற்றை அவன் நோட்டமிட்டான். பெரும்பாலும் வட்ட வடிவில் சிப்பிகள்போல... சில ஆமை ஓடுகள் போல பளபளத்தன. ஓட்டின் மேல் ஏதோ ஒரு ஒளி பட்டு எதிரொளி தெரிப்பதுபோல இருந்தது.... சற்று நேரம் உற்று நோக்கினால் அவை விழிகளை சுட்டு மயக்கமுற வைப்பதாகவும் இருந்தன. அவன் எழுந்தான்.

'இருள் போதாது வைரல்....இன்னும் சற்று இருட்டட்டும்' என்றாள் அவள். ஏற்கனவே அந்த இடத்திற்கு வந்தவள் போல நடந்துகொண்டாள்... ஆனால் விரைவில் முழு இருள் சூழ்ந்தபோது அவள் நடந்து கொண்ட முறை அவனை திடுக்கிட வைத்தது...

சோமினா நொடியில் மறைந்து போனாள். அவன் இருளை துழாவினான். அவளது குரல் சற்று தூரத்தில் கேட்பது போலிருந்தது... இருட்டு பகல் இரண்டுக்கும் எந்த வித்தியாசமும் இல்லாதவள் அவள். அவனை பிடித்து எட்டி கீழே வீழ்த்தினாள் அவள்.

இப்போது அவன் சறுக்கி மடாரென்று விழுந்திருந்தான் கையில் இருந்து சொரட்டி வெட்டி பறந்திருந்தது. சேற்றில் முழுமையாக விழுந்து மூழ்கித் திணறினான் வைரல்.... மூச்சுவாங்கிட மேலே வந்தான். அவள் மேலே லேசாக அசைவது போலிருந்தது. மூச்சை இழுத்துக்கொண்ட மறுவினாடி அவனை அவள் கீழே நோக்கி இழுத்தாள். மிக ஆழத்தில் ஆறடி புதைந்து மூச்சுத் திணறியபடியே அவன் அவளை தள்ளிவிட்டு மேல்நோக்கி திமிறியபடி சுவாசத்திற்காக வந்து சேர்ந்தான்.

மறுபடி ஒரு முழுமூச்சு அவன் இழுத்ததும் அவள் அவனை மீண்டும் உள்ளிழுத்து இம்முறை முழு ஆழத்திற்கும் சேற்றில் புதைத்தாள்...கைகளில் எதையோ அவள் திணிக்க.... மேல்மூச்சு திணறி கீழ் மூச்சில் செத்து விடுவோமோ என்று அவன் பதறியபோது அவனது வாயில் தன் வாயினால் உயிர் மூச்சை ஊதி உயிர்ப்பிக்கிறாள் சோமினா....

இருவருமாக பிறகு மேலே வந்திருந்தனர். 'போ....து....ப்பு...' அவன் துப்புகிறான் 'போதும் சோமினா உன் விளையாட்டு' என்றான் வைரல். அவனது கைகளை இழுத்து விரல்களை விலக்கிக்காட்டினாள் அவள்....

அவனது கையில் ஒளி வீசியபடியே அந்த உணவுச்சிப்பி பளபளத்தது.

பிறகு ஆறுநாள் மழை, அதனைத் தொடர்ந்து நான்கு நாட்கள் வைரல் தனித்தே அவ்விடம் வந்தான்....ஆறுநாள் மழையில் அவனது முதலைக் காயங்களை அவள் ஆறவைத்திருந்தாள்.

'வைரல்.... வைரல்...'

'சோமினா.... சோமினா.....'

அவர்களுக்குள் பரஸ்பரம் ஏற்பட்டிருந்த உறவுக்கு யாராலுமே பெயர் வைக்க முடியாது. 'காலநிலை அகதிகள்' கப்பல் இத்தனை நீண்ட நாட்கள் வேறு எங்குமே நங்கூரமிட்டது கிடையாது. ஆறுத்தீவுகளின் அருகே அவன் வைரல் நங்கூரமிட்டு பல மாதங்கள் கடந்தன....

காலநிலை அகதிகளைத் தேடும் அவர்களுக்கான ஒரே நம்பிக்கையாக இருந்த வைரல் இப்படி மாறியது ஏன் என்று பல இடங்களில் ஊகங்கள் கூட பரப்பப்பட்டதாக பின்னாட்களில் அவர்கள் அறிந்தார்கள்....

இரவெல்லாம் அவன் காணாமல் போனான்.... சேறும் சகதியுமாக அதிகாலை திரும்புவான். பதிமூன்று அமிலமழை மாதங்கள் அப்படிக் கழிந்தன. பகல் முழுவதும் கப்பலுக்குள் அவன் மறைவான். அவன் அந்த நாட்களில் அடித்தளத்திலேயே வசித்து வருவதாக சாரல் உட்பட யாவரும் நம்பினார்கள்.

பருவநிலை அகதிகளுக்கு தினமும் ஒருகை குடிநீர்.... ஒரு நாளைக்கு இரு உணவு... என யாவும் அவனது இடத்திலிருந்து செய்தது சோமினாதான்.... 'முதலைக்கடி வாங்கியவன்' பலரும் அவள் காதுபடவே சொன்னார்கள். 'அது அவனை வீழ்த்திவிட்டது'.

வைரல்... எனும் பெயரே வழக்கொழிந்து போகும் அளவுக்கு அவன் நாட்கணக்கிலும் தென்படாமல் போகத் தொடங்கினான்.

இரவுப் பயணத்தில் ஒரு நாள் அவன் சோமினாவைக் கண்டான்... ஒரு மரத்தடியின் இருளில் அவள் சிணுங்கி அழும் குரல் அவனை உலுக்குவதாக இருந்தது...

பிறகு ஒரு மதியம் அவனைத் தேடி கப்பலின் அடித்தளத்திற்கு அவள் வந்தாள். அவன் இரவெல்லாம் உணவுச்சிப்பிகளை தேடிச் சென்றிட அவள் வேறு ஏதோ தேடிப்போவதை அவன் வியப்போடு பார்க்கிறான். இந்த நாள் வரை அவள் கண் கட்டை அவிழ்க்கவும் இல்லை..... தன்னை பற்றி ஏதும் கூறவும் இல்லை.

ஆனால் அதை யோசிக்கவும் வைரலுக்கு நேரம் இருக்கவில்லை.... 'வைரல்.... வைரல்....' அவளது குரல் கூட அவனுக்கு கேட்பதாயில்லை. கப்பலின் அடித்தளமே மாறிப்போய் இருந்ததைக் கண்டு சோமினா விக்கித்து நின்றாள். புதை சேறு!

புதை சேற்றில் அடியிலிருந்து உணவுச் சிப்பிகளின் ஒளி மேலெழுந்த இருளில் அவளது கட்டிய கண்விழியேயும் ஒளி உணர அவளால் முடிந்தது. 'இவை காளான் சிப்பிகள் சோமினா' என்றான் வைரல். சேற்றின் ஆழத்திலிருந்து வெளியே வந்திருந்தான் அவன்.

'வெற்றிகரமான முதல் அறுவடை இன்று' என்றான். சோமினாவால் நம்ப முடியவில்லை. ஆனால் வைரல் ஒருவனால் மட்டுமே மனித வரலாற்றின் முதல் திருப்புமுனை சாத்தியமானது. 'இனி பருவநிலை அகதிகள் கப்பல் இந்த இடத்தைவிட்டு நகரலாம்' என்றான்.

'ஏன்.... வைரல்.... நாம் இங்கேயே இருப்போமே...' என்கிறாள் சட்டென்று... பின் சுதாரித்து... 'உணவுச் சிப்பி என்பது சிப்பிக் காளானா.... என்ன அதிசயம்!' என்றாள்.

'இனி உணவுக்கு நாம் அலைய வேண்டியதில்லை சோமினா....' அவன் தனது அறுவடையின் மறுபக்கத்தை விவரிக்கத் தொடங்கினான். ஒரு தேர்ந்த நிபுணனின் வேளாண் அறிவுமுதிர்ச்சி அவனது மரபணுக்களில் தோன்றி தெறித்து வெளிப்பட்டது.

'முழு கப்பல் அடித்தளத்தையும் நான் மூன்றாகப் பிரித்திருக்கிறேன்... மூன்று சேற்று அறைகள்.

ஒன்று காளான் வித்துக்களைவிட்டு அவை இனப்பெருக்கம் ஆவதற்கு. மற்றொன்று சிப்பிகளின் இளம்பருவ அறை.. அங்கே சேறு மேலும் இளகிய ஒன்றாக இருக்கவேண்டும்.

இந்த மூன்றாம் இடம்.. பெரியது. அங்கே நாம் அறுபது நாட்களுக்கு ஓரளவு வளர்ந்த காளான்களை சிப்பிகள் உண்ணவிட வேண்டும். சிப்பிகள் காளானை உணவாக்கி தங்கள் வயிற்றில் செரித்து சேமித்து வைக்கின்றன.... ஒப்பற்ற உணவு சோமினா.. ஈடு இணையற்ற சத்தான உணவை இப்படி பூஞ்சையினமும் ஒரு ஆரம்ப விலங்கினமும் நமக்குத் தருகின்றன...."

'இந்த இடம் எதற்கு?" என்றாள் அவள். வேறொரு இடத்தில் லேசான வாடை அடித்தது.

'முதல் 15 முதல் 18 நாட்களுக்கு பூஞ்சை காளானும் அமிலச்சேறும் இணைந்திருக்க.... இது தான் என் அனுபவத்தில் மிகக் கடுமையான பகுதி...நரம்பு தைந்து சென்று சிப்பியை எடுத்தோமே.. அந்தசேறு.. அது ஒரு அதிசய சேறு சோமினா... நல்ல நீர்சேறாக அது இருந்தது.. நமக்கு இப்போது பெய்வதெல்லாம் அமிலமழை மட்டும்தானே... ஏது நன்னீர்மழை? நான் வியந்துபோனேன்?' என்றான்.

'அந்த சேறு நன்னீர்சேறு என்பது எனக்குத் தெரியும்' என்று கூறி அவனை வியப்பெய்த வைத்தாள் அவள். 'ஆனால் அதை இங்கே எப்படி உருவாக்கினாய் வைரல்?'

'ஆரம்பத்தில் என்னால் அதை அடையமுடியவில்லை. பிறகு எனக்குள் இருந்த ஏதோ ஒன்று அமிலசேற்றுக்கும் நன்னீர்சேற்றுக்குமான வேற்றுமையை முன் அறிவித்தது...ஆமாம் சோமினா.. வெப்பநிலைதான் அதன்பின் இருக்கும் ரகசியம்... இந்தப் புவியின் சிக்கலும் அதுதான். வெப்பநிலை 25 முதல் 32 டிகிரி செல்சியஸ் இருக்கவேண்டும்... இது மட்டுமே தேவை. அப்போது அமிலமழை பொழிவதும் நின்றுவிடலாம்.' என்றான் அவன்.

'அதை நம்மால் செய்யமுடியாது. காளான் அதைச் செய்கிறது. வளர்ந்த காளான்களின் ஒரு பகுதியை அமிலசேற்றில் இரண்டுமாதம் நாம் முக்கிவைத்தால் அந்த சேறு நன்னீர் சேறாகிறது... காளான்கள் அமிலத்தை உறிஞ்சி மறிக்கின்றன..' என்றான். 'எனவே இந்த இடம்... நம் உணவு தயாரிக்கும் சேற்றை தயார் செய்யும் இடம்' என்றான்.

'இந்தா...' முதல் சிப்பிக்காளானை அவள் உண்ணக்கொடுக்க அவன் எத்தனித்தபோது அங்கே சாரல் வந்திருந்தார். 'வைரல்..நீ இங்கே இருக்கிறாயா.. உன்னை எங்கெல்லாம் தேடுவது... நமது கப்பல் அகதிகள்.. அவர்கள் பெரிய கலவரம் செய்துகொண்டிருக்கிறார்கள்..'

வைரலின் கையை பிடித்து இழுத்தார்...

'சீக்கிரம் வா..நிலமை.. கை மீறிப்போய்விட்டது'

உண்மைகள். அனைத்தின் உண்மைகளையும் வெளிக்கொணரும் அந்த சம்பவம் நடந்தே விட்டிருந்தது.

'சோமினா ..... துரோகி....'

'சோமினா ..... துரோகி....'

அவர்கள் கோஷங்கள் எழுப்பிக் கொண்டிருந்தார்கள். ஏறக்குறைய 'காலநிலை அகதிகள்' அனைவருமே அங்கே குழுமி இருந்தார்கள். பசி பட்டினி அமிலமழை சுனாமி எரிமலைக்குழம்பு.. நிலநடுக்கம் பெருவறட்சி என பல இடங்களில் இருந்து வைரலால் மீட்கப்பட்ட ஜனங்கள். இன்று போராட முடிவு செய்தார்கள்.

வைரலும் சோமினாவும் அங்கே போவதற்கு முன் சாரல் அங்கே சென்றிருந்தார். அந்த பிரமாண்ட உணவு வழங்கும் மைய அறை நிரம்பி இருந்தது. எல்லாக் குடும்பங்களும் அங்கிருந்தன.

'சோமினதான் நமது வைரலை சிதைத்தது.. அவனோடு தனியே இரவில் சென்றபோது.. அவனுக்கு பெருந்தீங்கு ஏதோ செய்துவிட்டாள்.. கண்டிப்பாக சோமினா பிம்பால் நிறுவனம் அனுப்பிய கைக்கூலி' என்கிறார் ஒரு முதியவர்.. 'நம் வைரல் நம்மை கண்டுகொள்ளாமல் ஆக்கியதும் வைரலை செயல்படவிடாமல் தடுப்பதும் கண்டிப்பாக சோமினா எனும் துரோகிதான்...' ஒரு முதிய பெண்மணியும் சேர்ந்திட.. ஏறக்குறைய அனைவரும் கூச்சலிட்டார்கள்.....

'சோமினா துரோகி'

'சோமினா துரோகி'

'நிறுத்துங்கள்' என்றார் சாரல். அவருக்கு லேசாக கைகால்கள் நடுங்குவது போலிருந்தது. அந்த இடத்தை நோக்கி வந்துகொண்டிருந்த வைரலும் சோமினாவும் கூட ஸ்தம்பித்து நின்றனர்.

'அந்தக் குழந்தைகளைப்பற்றி உங்களுக்கு என்ன தெரியும்?' என்று தன் பேச்சை தொடங்கினார் சாரல்

அம்மையார். 'நானே கொஞ்சம் நாட்களாக உண்மையை உங்களோடு பகிர்ந்து கொள்ளவிரும்பி பலமுறை முயற்சி செய்தேன்..... அவர்கள் யார் என்பது அவர்களுக்கே இன்னும் தெரியாது....' என்றார்.

'நீங்கள் அவசரப்பட்டு விட்டீர்கள்.... நாம் மனிதர்கள் என்றைக்குமே அப்படித்தான்... தீர விசாரித்து முடிவு செய்யமாட்டோம். நமது புவி வாழத் தகுதி அற்றதாக ஆன அந்த ஆண்டுகளில் நடந்தவைகளை ஞாபகப்படுத்திப் பாருங்கள்.... பெரும் செல்வந்தர்களும் அதிகாரத்தின் மீது சலுகைகொண்டவர்களும் கார்ப்பரேட் நிறுவன மூலதனவாதிகளும் நம் வரிப்பணத்தில் சந்திரன் உட்பட ஏனைய கிரஹங்களின் மனித குடியிருப்புகள் நோக்கி லட்சக்கணக்கில் சென்றுவிட்டார்கள். ஓடிப்போனவர்கள் இன்று அங்கே பாதுகாப்பாக வாழ்கிறார்கள்.

'கோடிக்கணக்கான மக்கள் - மனிதர்கள் - புவியின் அதீதபனி, அதீத வெப்பம், பேய் அமிலமழை.... எரிமலை பூகம்பம் சுனாமி என்று செத்து மடிந்தனர்.... நாம் பருவநிலை அகதிகளாக புவியில் சில ஆயிரம் பேர் உயிரோடு இருக்கலாம்... அதில் உங்களில் நம்மில் சிலரையேனும் வைரல் மீட்டிருக்கிறான். மனிதகுலம் புவியில் உயிர்த்திருக்க முடியாது என்கிற நிலை வந்தபோது... சில

ஆண்டுகள் முன் புவியின் எதிர்காலம் கருதி மரபணு கருவளர்ச்சி அறிஞர்கள் ஒரு தந்திரம் செய்தார்கள்...'

சாரல் அம்மையார் பேசப் பேச அங்கே முழு அமைதி நிலவியது... அம்மக்கள் முக்கல் முனகல்களைக் கூட மறந்தனர். குழந்தைகள் கூட அமைதி காத்தன...

'இறந்த 18 உடல் நன்கொடையாளர்களை தேடி அடைந்தனர். நிபுணத்துவ பேரறிஞர்கள் அவர்கள். பலவாறு பல்துறை வித்தக அறிவு புவியில் இருந்து அழிந்து விடக்கூடாது என்பதற்காக தீவிரமான விவாதங்கள் நடந்தன. 334 ஒற்றை செல் மரபணு காலனிகள் மற்றும் 379 திசு மாதிரிகளை சேகரித்து பிரமாண்ட ஆய்வு ஒன்று ரகசியமாக நடந்தது.... மூன்று மூன்று நிபுணத்துவ மரபணுக்களை சேர்த்து கருகொள்ளும் முறையை அவர்கள் அடைந்தனர்... ஆறு குழந்தைகளாக 18 நிபுணத்துவ மரபணுக்களை கருக்கொள்ள வைத்து அவர்கள் வெற்றி கண்டார்கள்.

'அதுவரை விஷயம் வெளியே கசியவில்லை. அந்த கருக்களில் ஒன்றை சுமந்தவள் நான். வைத்தீஷ்வர், ரசூல் மற்றும் லாரன்சு எனும் தனித்துவ நிபுணர்தம் செயற்கைமுறை மரபணு சேர்ப்பாக வைரல் பிறந்தான். வேளாண்மை அறிவு, கடல் உயிரி அறிவு, மற்றும் தட்பவெப்ப நிபுணத்துவம்... இதுவே வைரல். மனித பண்பாடு கலாச்சாரம் மில்லியன் வருடகால அறிவு சேமிப்பின் அடையாளம் அவன்...

'அதேபோல பிறந்த மனித கரு வளர்ச்சி செயல்முறை மாற்ற மரபணு சேர்ப்பின் மீதமுள்ள ஐந்து குழந்தைகளில் சோமினா ஒருத்தி என்பது எனக்குத் தெரியும். அது அவளுக்கே தெரியாது.... சோஃபியா பானு, மிராண்டா மற்றும் நாயகி ஆகிய மூன்று நிபுணத்துவ பெண் அறிஞர்களின் செயற்கை மரபணு முச்சேர்ப்பு கருதான் சோமினா. சோஃபியாபானு ஒரு முதல்தர மருத்துவர், மிராண்டா தொழில்நுட்ப நிபுணத்துவ அறிஞர், நாயகி ஒப்பற்ற உயிரியலாளர்... நம்புவி மனிதர்களின் ஒட்டுமொத்த மருத்துவ அறிவு, தொழில்நுட்ப அறிவு மற்றும் உயிரியலின் மொத்த அறிவுத் திரட்டின் ஒற்றை அடையாளமே சோமினா... நாம் அவர்களை குறைத்து மதிப்பிடக்கூடாது.. நமது பொக்கிஷங்கள் அவர்கள்.. அவர்களால் மட்டுமே நம்மை, மனித இனத்தை இனி கரை சேர்க்க முடியும்..

'மீதமுள்ள நான்கு குழந்தைகளில் ஒன்று இறந்தே பிறந்ததாக சொல்கிறார்கள்.... மற்றவர்கள் பிம்பால் நிறுவனத்தால் கடத்தப்பட்டார்கள்.... அவர்களை பிம்பால் நிறுவனம் என்ன செய்தது என்று யாருக்கு தெரியும்....' கை விரித்தார் சாரல்.

'எனக்குத் தெரியும்....' அங்கே நின்றிருந்தாள் சோமினா. 'ஆம்.... அவர்கள் சொல்வது உண்மை அம்மா... நாம் பிம்பாலின் கைக்கூலியாக வைரலைப் பிடித்துக் கொண்டு வருவதற்காக அனுப்பப்பட்டவள் தான்' என்றாள்.

அங்கே ஏற்பட்ட பரபரப்பும் சலசலப்பும்... சோமினாவோடு வைரலும் உள்ளே நுழைந்தபோது அடங்கியது...

'நான் வேறு இந்த மனிதர்கள் வேறு, இல்லை சோமினா...' என்றான் வைரல். 'நான் உன்னை முழுமையாக நம்புகிறேன்' அவன் மேலும் அந்த மக்களைப் பார்த்து பேசத் துவங்கினான்.

'உங்களுக்காக ஒரு நல்ல செய்தியை சொல்ல வந்திருக்கிறேன். பலமாதங்கள் வாரங்களாக நான் பெரிய பணி ஒன்றில் இருந்தேன். முதலைத் தீவில் நாம் அடைந்த உணவு சிப்பிகளை பற்றித்தான்.... நமது பருவநிலை- அகதிகள் கப்பலில் இனி உணவுக்கும் பஞ்சமில்லை....' என்றான்.

'சோமினா உதவி இன்றி நமக்கு அந்த உணவுச் சிப்பிகள் கிடைத்திருக்க வாய்ப்பே இல்லை...'

'இப்போதாவது கண்களில் கட்டிய துணியை அகற்றச் சொல்லுங்கள்' யாரோ கூட்டத்தில் கூச்சலிட்டார்கள்.

'வைரல்.... அதற்கு இது நேரமல்ல.... முதலில் என்னை பேச விடுங்கள்... நான் சொல்வதைக் கேளுங்கள்' என்றாள் சோமினா.

'நான் நம்புகிறேன் மகளே.. என் உடலில் உயிர் இருக்கும் வரை உன் மீது ஒரு கிறல் விழுவதையும் நான் அனுமதிக்க முடியாது....' என்றார் சாரல். 'கடந்த ஆறேழு மாதங்களில் இவர்களில் எத்தனையோ பேர் நோய்வாய்ப்பட்ட போது மருத்துவம் பார்த்து உயிர்ப்பிச்சை தந்தவள் நீ...'

'வைரல்.... உனக்காகவாவது நான் உண்மைகளை சொல்லித்தான் ஆகவேண்டும்' மெல்ல ஆனால் அழுத்தமான குரலில் சோமினா பேசத் தொடங்கினாள்.

'ஆறு தீவுகள் கூட்டத்தின் மையமாக இருக்கும் அது இப்போது முதலைத் தீவு என்று அழைக்கப்படுகிறது. அதுவே ஒரு காலத்தில் 'முல்லைத்தீவு' என்றுதான் அழைக்கப்பட்டது. எமது முன்னோர்கள்

அங்கே தமிழ் பேசும் இனமாக வசித்தவர்கள்... வன்னி பேரரசுகள் கடந்து மொழிக்காக அம்மக்கள் கடுமையாக இனப் படுகொலை செய்யப்பட்டார்கள்... அந்த பழைய நூற்றாண்டுகளில் பிறப்பு அடிப்படையில் சாதி எனும் அடுக்கில் ஆக கீழான இடத்தில் இருந்த பஞ்சபநாரிகள் எங்கள் முன்னோர்கள்.

'அந்த நாட்களில் வானிலிருந்து பொழிந்த ஆயுத குண்டு மழைக்கு அஞ்சி எம்மக்கள் பதுங்கு குழிகளிலேயே வசித்தார்கள் வைரல்.... தங்களுக்கு பொருளாதார தடை மூலம் உணவு உட்பட எல்லாம் மறுக்கப்பட்டபோது பலரும் பட்டினியால் மரித்தார்கள்... சிலரோ விழித்துக்கொண்டு மாற்று உணவுகளை தேடினார்கள் அவர்கள் அன்று அடைந்ததுதான் உணவுச்சிப்பிகள்.... பல நூறு வருடங்கள் கடந்து விட்டன...

'என் தாய் மேரி அம்மா அங்கே இறுதியாக வசித்தவர்... மூவகை மரபணு சேர்ப்பு செயற்கை கருவுறுதல் மூலம் என்னை ஈன்றெடுத்த என் அன்னையும் நானும் எங்கள் குடும்பமும் வாழ்ந்த பகுதிதான் முதலைத் தீவு... எனவே இறுதியாக எங்களுக்கு எஞ்சிய உணவு என்றால் அந்த சிப்பி காளான்தான்....

'ஆனால்... என் தாயும் நானும் விரைவில் பிடித்துச் செல்லப்பட்டோம்.... எல்லா தந்தையர்களையும் போல என்தந்தை போராடி மரணத்தை தழுவினார். பிம்பால் நிறுவன ஊர்திகளால் என் பொருட்டு என் தாயும் பிடிபட்டிருந்தார்.

'பிம்பால் நிறுவனம் பற்றிய பல உண்மைகள் எனக்குத் தெரியும்... அவர்களது நோக்கம் எஞ்சியுள்ள வைரலையும் பிடிப்பதுதான்... மனித இன அறிவுத் தேடலை முற்றிலும் முடக்குதல். நானும் என் தாயும் பலவற்றை அறிந்து திடுக்கிட்டோம்.. அதையெல்லாம் நினைத்துப் பதறி தப்பி ஓட முயன்று தோற்றோம்.

'மனிதர்களை அவர்கள் வேட்டையாடுவதே உண்மை.... அயல் கிரகங்களில் வசிக்கும் பெரிய செல்வந்தர்களுக்கு பிம்பால் புவியின் எஞ்சியுள்ள இயற்கை சொத்துக்களை கடத்துகிறது. புவியின் இன்றைய பருவநிலை- பேராபத்திற்கு காரணமான நிறுவனங்களில் ஒன்றாக அப்போதே பிம்பல்தான் இருந்தது. நிலத்தடி நீரை மொத்தமாக உறிஞ்சி விற்று கொழுத்தவர்கள் அவர்கள். நிலத்தடி நீர்... போக பின் வான் மேகத்தை மொத்தமாக உறிஞ்சி... விரைவில் அதுவும்போக பனிச் சிகரங்களை துளைத்து... இப்புவியின் சூடேற்ற வாயுக்களை யார் சொல்லியும் கேட்காமல்

ஆலை பயங்கரவாதத்தால் வெளியிட்டு பேரழிவு வரை சென்ற கார்ப்பரேட்வாதிகள் அவர்கள்....

'இப்போது இறுதியாக மனிதர்களிடம் வந்திருக்கிறார்கள் வைரல். நம் புவியில் எத்தனையோ எஞ்சிய அகதிகளை அப்பாவிகளை அவர்கள் கடத்துகிறார்கள்... 'அகதிகளாக இல்லாமல் அடையாளத்தோடு வாழ்தல்' என்பது பெரிய பொய்.... அதற்கு என் தாயே சாட்சி...'

'மனித உடலில் நீர் உள்ளதே.... கடைசியாக அதுதான் அவர்களுக்கு இலக்கு. மனித உடல் ஒரு அதிசயம் உடல் நீர் என்பது திசுக்கள், நம் ரத்தம், எலும்புகள் முதல் பல்வேறு உறுப்புகளில் சேமிக்கப்படுகிறது... மனித உடலின் எண்பது சதவிகிதம் நீர்தான் உள்ளது. உடல் பல்வேறு திரவப்பெட்டிகளில் நீரை சேமிக்கிறது. ஹோமியோஸ்டாஸிஸ்-எனும் வாழ்க்கை உயிர்

அமைப்புகளை சிதைத்து மனிதனை பிழிந்தால் 160 லிட்டர் தண்ணீர் கிடைக்கிறது. அந்த நீரை புட்டிகளில் அடைத்து அயல்கிரஹ மனித காலனிகளில் வெற்றிகரமாக பெரிய விலைக்கு அவர்கள் விற்கிறார்கள்... என் தாயும் என் கண்முன்னே அப்படி சிதைத்து பிழிந்து நீர்வற்றி சக்கையாக தூக்கி வீசப்பட்டார்... வைரல்...' அவள் சோமினா குரல் உடைந்து அழுகிறாள்... பிறகு சட்டென்று சுதாரிக்கிறாள்...

'அதற்காகப் பிம்பால் நிறுவனத்திற்கு மேலும் மேலும் மனிதர்கள் தேவை.... மனித நீரை வடித்த பிறகு அதை அவர்கள் அப்படியே விற்பது இல்லை. சுத்திகரிப்பு என்னும் பெயரில் திரவத்தின் சோடியம் பொட்டாசியம் கால்சியம் மற்றும் அயனிகளை தனித்தெடுக்கிறார்கள். மனித உடலின் உப்பு தனிச்சுவை மிக்கது. அயல் கிரஹ செல்வந்தர்களிடம் இந்த மனித உப்பிற்கு ரொம்ப கிராக்கி உங்களுக்குத் தெரியுமா... மனித உடலில் எலும்புகளிலிருந்து சர்க்கரை கூட எடுக்கிறார்கள்... அயல்கிரஹ செல்வந்தர்கள் மனித சதை தின்னும் நரமாமிச உயிரிகளாக பிம்பால் நிறுவனத்தால் மாற்றப்பட்டிருக்கிறார்கள் வைரல்' அவள் சற்றே நிறுத்துகிறாள்...

'நம் கப்பலை கைப்பற்றவே அவர்கள் என்னை இங்கே அனுப்பி இருக்கிறார்கள்' என்கிறாள் அவள். அந்த அரங்கமே அதிர்ந்தது. 'உங்கள் யாவரையும் கைப்பற்றி கொன்று உடல் நீரை உறிஞ்சுவதே அவர்களது திட்டம்.'

'பிம்பால் நிறுவனத்தின் வர்த்தக நலன்களுக்கு பலியாகிட இப்புவியில் இப்போதும் பல லட்சம் மனித உயிரிகள் மீதமிருப்பதாக அவர்களது கணக்கீடு சொல்கிறது' என்றாள் அவள். சாரல் மெதுவாக சென்று சோமினாவின் தோள்களில் தனது கையைப் போட்டு வாஞ்சையோடு தடவிவிடுகிறார். அவரது கண்களில் கண்ணீர் பெருக்கெடுத்தது.

'அவர்கள் வைத்திருப்பது உயிரி-தொழில்நுட்பம் அம்மா' அவள் மேலும் பேசத் தொடங்கினாள். 'அயல்-கிரஹங்களில் வாழ்ந்திட கொடுத்து வைத்த உயர்குடிதான் அவர்களை பொறுத்தவரை மனிதஇனம்... பேரழிவுக்கு உட்படுத்தப்பட்ட பருவநிலை அகதிகள் அவர்களது மனித மக்கள்தொகை கணக்கீட்டிலும் வருவதில்லை.... அயல்கிரஹ வாழிடவாசிகளில் யாருக்காவது விபத்தில் கை கால் இழப்பு ஏற்பட்டால் பருவநிலை- அகதிகளின் உறுப்புகளை உடனே அகற்றி அதை அவர்களுக்கு பொருத்தி விடுகிறார்கள்... அதற்காக பிம்பாலின் ஆய்வகங்களில் பல அற்ப மனித உயிரிகள் அடைக்கப்பட்டு காக்கப்படுகிறார்கள்..

'எனக்கு ஆரம்பத்தில் எதுவுமே தெரியாது. நாங்கள் நான்கு முப்பரிமாண மரபணு பிள்ளைகள்; அவர்களிடம் சிக்கி இருந்தோம். முதல்முறை நாங்கள், நாங்கள் தானா என பரிசோதிக்க நடந்த ஆய்வுக்கூட சித்திரவதை ஒன்று போதும்.நாங்கள் யாவரும் பிம்பால் நிறுவனத்தின் எதிர் சிந்தனையாளராக மாறி இருந்தோம். எனினும் ஒருவரை ஒருவர் சந்திக்க நாங்கள் அனுமதிக்கப்படவே இல்லை... எங்களுக்குள் ஒருவகை பாலமாக இருவர் செயல்பட்டார்கள்.... என் தாயும், சாஹர் எனும் மும்மரபணு சிறுவனின் தந்தையும் இருவருமே இப்போது உயிருடன் இல்லை.

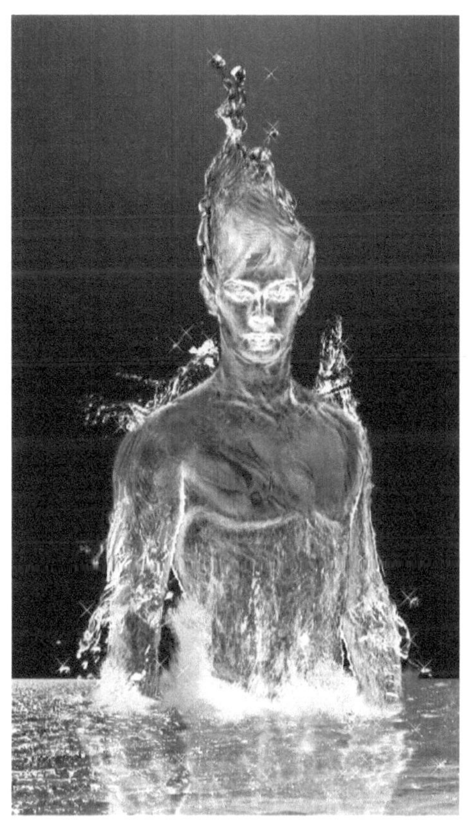

'என் தாய் திடீரென்று நோய்வாய்ப்பட்ட தாகவும்... அவருக்கு எத்தனையோ சிகிச்சை அளித்தும் பலனின்றி இறந்ததாகவும் அவர்கள் என் அம்மாவின் உடலை எனக்குக் காட்டினார்கள். நான் ஒரு சிறுமி என்று அவர்கள் நினைத்தார்கள். அந்த அறையில் மொத்தம் ஏழு மனித பிணங்கள் இருந்தன... என் உயிர் அணுக்களில் மனித உற்கூறியாலும் நோய் தீர்வு சந்ததி அறிவும் கலந்திருப்பதை அந்த அயோக்கியர்கள் அறியவில்லை... என் முன் இறந்து கிடந்த என் தாயின் உடலில் இருந்து இரு விழிகளும் சிறுநீரகமும் பெருங்குடலும் ஏற்கனவே எடுக்கப்பட்டிருந்தன. அவரது உடல் நீர் ஆய்வுக்கு உட்படுத்தப்பட்டு சோடியம், கால்சியம், உப்புச்சத்து சர்க்கரை எத்தனை உள்ளதென்று துல்லியமாகக் கணக்கிடும் பரிசோதனை செய்யப்பட்ட அடையாளங்களை நான் பார்த்தேன். இடது உள்ளங்கையில் என் தாய் எனக்கான தனது இறுதி அறைகூவலை எப்படியோ தன் உதிரத்தால் எங்களுக்கு மட்டுமே புரியும் ஒரு சமிக்ஞை மொழியில் எழுதியிருந்தார். 'ஒத்துழைக்காதே... மனித இனத்தின் நம்பிக்கை நீ' என எழுதப்பட்டிருந்தது.

'அன்று முதல் தொடங்கியது என் நாடகம்... நான் முழுமையாக அவர்களோடு ஒத்துழைப்பதுபோல நடித்தேன். அவர்களில் ஏழு அறிஞர்களின் வாராந்திர கூட்டம் நடக்கும். அதில் பிம்பால் நிறுவனத்தின் பங்குதாரர்களும் கலந்து கொள்வார்கள்... அதில் ஒருமுறை கலந்துகொள்ள அழைக்கப்பட்டேன். எனக்குள் என் விழிகளில் ஒருவகை படமெடுக்கும் உயிரியல் லென்சை பொருத்தி

புவியில் இறக்கிவிடுவதாகவும்... நான் மீதமுள்ள வைரல் எனும் முப்பரிமாண மரபணு சிறுவனை கண்டுபிடித்து இணைந்தால் போதும்... பிம்பால் நிறுவனத்தில் எட்டாம் அறிஞராக இணைக்கப்படுவேன் என்றும் ஒப்பந்தம் போட்டார்கள்...

'என் விழிகள் அவர்கள் அங்கிருந்து பார்ப்பதற்கான கேமிரா லென்ஸ்களாக பயன்படுகின்றன என்பது உண்மைதான்.... நான் உடனடியாக கண்களை கட்டிக்கொண்டு உணர் பார்வை திறனுக்கான பயிற்சியில் இறங்கினேன்... என் வாழ்வின் மிகக்கடினமான நாட்கள் அவை. மருத்துவ மனித உடற்கூறியல் நிபுணத்துவ மரபணு எனக்குள் விழித்திருக்க வேண்டும். சாரல் அம்மையாரின் விளக்கத்திற்கு பிறகே எனக்கு புரிகிறது இரவு நேரங்களில் கும்மிருட்டில் விழிகளை கட்டிக்கொண்டு நான் ஒருவருக்கும் தெரியாமல் பயிற்சியில் இரண்டு வருடங்கள் கழித்தேன். என் விழிப்பட ஒளி லென்சுகள் பொருத்தப்படுவதற்கு முன்பே ஏன் துல்லிய பயிற்சி முடிந்திருந்தது.... புவியில் இறக்கிவிடப்பட்ட முதல் வாரம் மட்டும் விழி திறந்து சுற்றித் திரிந்தேன். வேண்டுமென்றே ஒரு அமில மழையில் விழி இழந்தது போல நடித்து இந்த துணியை நிரந்தரமாக விழிகளில் கட்டிக்கொண்டேன். இப்போதைக்கு அவர்களைப் பொறுத்தவரை நான் விழிகளை இழந்துவிட்டவள். அமில மழையில் கண்களில் பார்வை திறனையும் இழந்து... அவர்களது கேமிரா லென்சுகளையும் ஓட்டை விழச் செய்தவள்... இனி பயனற்றவள்.

' ஆனால் நான் வைரலை பற்றியும் காலநிலைகள் அகதிகளைப் பற்றியும் முழுமையாக அறிந்தது என் அம்மாவுடன் வசித்த அதே முல்லைத்தீவு.... முதலைத் தீவு பகுதியில் சுற்றித் திரிந்த போது தான்... நாம்தான் மனித குலத்தின் உண்மையான சந்ததிகள் வைரல்.... விழிமீன்களிடமிருந்து நன்னீரும்.... உணவு சிப்பிகளிடமிருந்து உணவும்.... உனது ஆற்றலுக்கு ஈடு இணை இல்லை.

'என்ன செய்ய வேண்டும்... நாம்.... சொல். சாரல் அம்மையாரை என் தாயாக நான் எப்போதோ ஏற்றுக்கொண்டு விட்டேன்.... இப்போதும் சொல்கிறேன். என் மீது யாரேனும் ஒருவருக்கு சந்தேகம் இருந்தாலும் இனி விதிவிட்ட வழி என்று நான் விலகிக்கொள்ள தயாராக இருக்கிறேன்.... அனாதை....நான் ஒரு அனாதை.' அவ்வளவுதான் சாரல் அம்மையாரின் தோளில் சாய்ந்து அவள் சோமினா அழத் தொடங்கினாள்.

'நமக்கு இனிதான் நிறைய வேலை இருக்கிறது... சோமினா' வைரலின் குரல் காலநிலை அகதிகள்' கப்பலின் உணவு பரிமாறும் அறை முழுவதும் கம்பீரமாக ஒலித்தது.

அவர்கள் – அங்கிருந்த அகதிகள் – யாவருக்கும் முதல்முறையாக காளான் சிப்பிகளை உணவாகக் கொடுத்தான் வைரல். பலரும் வியந்தபடி புசித்தனர்.

அதை எப்படி எடுத்து எப்படி உண்ண வேண்டும் என்று தன் குழந்தைகளுக்கு பலர் விவரித்துக் கொண்டிருந்தார்கள். உண்டபின் சிப்பிகள் மட்டும் மீண்டும் பெறப்பட்டன.

'இந்த உணவில் ஒரு அதிசய செய்தி இருக்கிறது' என்றான் வைரல்.

'இது காளான்சிப்பி. இதில் ஒரு சிப்பி எடுத்து முழுமையாக உண்பவர்கள் ஒருவாரம் எதையும் உண்ண வேண்டியதில்லை' என்றாள் சோமினா. 'இந்த உண்மை தெரிந்தால் இதை நம்மிடமிருந்து அபகரித்து பிம்பால் நிறுவனம் அதையும் வர்த்தகமாக்கி கொழுக்கும்' என்றாள்.

'நம் கப்பலின் அடித்தளம் இதை அறுவடை செய்யத் தொடங்குகிறது. கப்பலின் மேல்தளம் நமக்கு குடிநீர் வழங்கும் விழிமீன் பண்ணையாகவும் கீழ்தளம் நமக்கு உணவு வழங்கும் காளான்சிப்பி உற்பத்தி இல்லமாகவும் செயல்படும்..'

'இந்த இரண்டு இடங்களிலும் தினந்தோறும் என்னோடு வேலைகளில் ஈடுபட இளைஞர்கள் முன்வரலாம்' என்றான் வைரல். 'நான் எல்லாவற்றையும் உங்களுக்குச் சொல்லித்தருவேன்.'

சாரல் அம்மையார் அவனையே உற்றுநோக்கினார். 'இவன் இனி சிறுவன் இல்லை... முழுமையாக

வளர்ந்துவிட்ட பெரியமனிதன்...' என்று தனக்குள் சொல்லிக்கொண்டார். லேசாக புன்னகைத்தார்.

'மேலும் முக்கிய முடிவுகள் சிலவற்றை நாம் எடுக்கவேண்டும். நம் குழந்தைகளுக்கு தினமும் புவி ஆதரவு புரிதல் வகுப்புகளை நாம் அறிமுகம் செய்யவேண்டும் அதேசமயம் மேலும் மேலும் பயணித்து காலநிலை அகதிகளை மீட்கவேண்டும்.....' என்று பேசத் தொடங்கினாள் வைரல்.

'நானும் சோமினாவும் கப்பலின் இணைப்பொறுப்பாளர்கள்...' என்றான். 'இதில் யாருக்காவது ஆட்சேபனை உண்டா? என்று வினவுகிறான். அங்கிருந்த யாவரின் ஆதரவும் அவர்களுக்கு இருந்தது என்பதை சொல்ல வேண்டியதில்லை.

ஒரு இளைஞன் கூட்டத்தில் இருந்து கையை உயர்த்துகிறான். 'எழுந்து பேசலாம் இங்கே எல்லாருக்கும் சம உரிமை உண்டு' என்றார் சாரல்.

'நாம் எல்லோரையும் ஒன்றிணைத்து பிம்பால் நிறுவனத்திற்கு எதிராக மிகப் பெரிய படை ஒன்று திரட்ட வேண்டும்.... ' என்றான்.

பலரும் அவன் சொன்னதை ஆமோதித்தார்கள். அனைவரும் அதே போன்ற கருத்துக்களையே கூறுவதை வைரல் கவனித்தான். 'பிம்பால் நிறுவனத்திற்கு எதிராக உயிரையும் தரத் தயார்' என்று ஒரு பெரியவர் உணர்ச்சிபொங்க கூக்குரலிட்டார். எல்லோரும் கை தட்டுவதையும் வைரல் கவனித்தான்.

'உங்களைப் போலவே எனக்கும் பிம்பால் நிறுவனத்தின் மீது கட்டுக்கடங்காத கோபம் உண்டு.' அவன்... வைரல் பேசத் தொடங்கினான்.

'புவி நமது வீடு. நமது வாழிடம்' அதுவே தேவை இல்லை என புறக்கணித்து ஓடிப்போன சந்தர்ப்பவாதிகள் பற்றி இப்போதைக்கு நான் கவலைப்பட முடியாது; நமது இலக்கு இப்புவிதான்' என்றான் வைரல்.

' இன்று மனித இனம் பேரழிவுக்கு உட்பட்டு ஒன்று கூட மீதி இன்றி அழிந்துவிடும் விளிம்பில் உள்ளது' என்றாள் சோமினா. 'இப்புவி எத்தனையோ மில்லியன் ஆண்டுகளாக... எத்தனையோ மில்லியன் வகை உயிரினங்கள் தோன்றி வாழ்ந்து மறைந்த

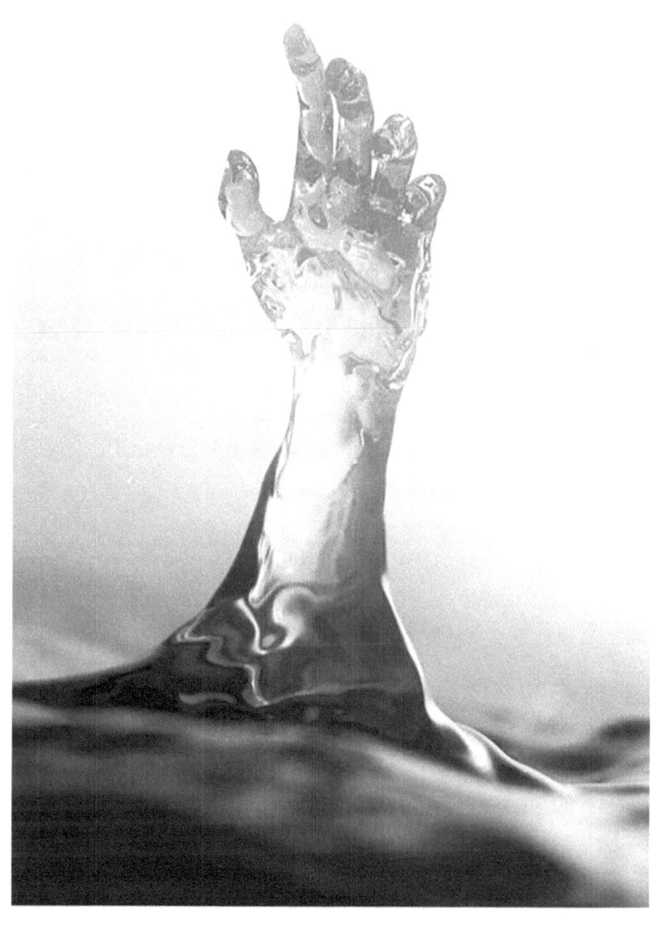

வரலாறு கொண்டது.... இன்று நமது மனித இனம் அந்தப் பேரழிவு நிலைக்கு தள்ளப்பட்டு இருக்கிறது'.

'எனவே மனித இனத்தை தேடித்தேடி காப்பாற்றி மீண்டும் உயிர்ப்பிக்க வேண்டும். எத்தனையோ விதங்களில் புவியானது மனிதன் உயிர்ப்பித்து இருக்க முடியாத அளவிற்கு இயல்பாக நடமாட முடியாதபடி சிதைந்துவிட்டது. இருந்தபோதிலும் கடல் நமக்கு நீர் ஆதாரமாக விழி மீன்களையும்.... இயற்கை நம் உணவுக்காக காளான் சிப்பிகளையும் படைத்தே உள்ளது. இதுபோன்ற எத்தனையோ புதையல்களை புவி தன்னெங்கும் நமக்கான உயிர்ப்பித்தல் நடவடிக்கையாக வைத்திருக்கக்கூடும்....

நாம் அவற்றை தேடித்தேடி அடைவோம்.... அவற்றை நாம் நம் சந்ததிகள் உயிர்த்திருக்க தருவோம்.' என்றான் வைரல்.

'நாம் யாரும் அகதிகள் அல்ல.... நாம் இப்புவியின் பிரஜைகள். புவியை களவாடி அழிக்கவோ நம்மை களவாடி அழிக்கவோ பிம்பால் நிறுவனம் மட்டுமல்ல.... யாருக்குமே உரிமை கிடையாது. நாம் இப்புவியின் குழந்தைகள்... ஏனைய புவி உயிரிகளோடு நமது வாழ்விடமான இதை பகிர்ந்து உய்விக்க நமது வாழ்வை கட்டமைப்போம்....' என்றான் வைரல். 'இத்தனை காலம் புவி நம்மை பாதுகாத்து வந்தது.... இப்போது புவியை நாம் பாதுகாக்க வேண்டும்.'

'ஒருவேளை நாளை என்றாவது நமது இந்த பணியை தடுக்க பிம்பால் நிறுவனம் உட்பட யாராவது சதிச் செயலில் ஈடுபட்டால் அப்போது நாம் யாரும் தனிமனிதரல்ல... நம் புவி மீதே படையெடுப்பு நடந்ததாக கருதி நம் படை திரண்டு பெரிய போராட்டத்தில் ஈடுபடும்.... நாம் இப்புவியின் ஜனங்கள்... இப்புவியில் உள்ள எதுவும் நமக்கு சொந்தம்....' ஆர்ப்பரித்தாள் சோமினா.

'சோமினா...நான் உனக்கு ஒரு முக்கிய பணியை தரப்போகிறேன்' என்றான் வைரல். அனைவருக்கும் கேட்கும்படி அவன் பேசினான். 'உனது மருத்துவ தெளிவு, உயிரியல் திரட்டு மற்றும் தொழில்நுட்ப தேர்ச்சியை நம் அடுத்த சந்ததிக்கு வழங்க வேண்டும்.... நானும் எனது வேளாண் அறிவு கடல் திட்பம் மற்றும் தட்பவெட்ப தேர்ச்சியை நேரம் கிடைக்கும்போதெல்லாம் குழந்தைகள் இளைஞர்களிடம் பகிர்வேன்.... இது நம் பிறவியின் நோக்கத்தை செயல்படுத்தும்' என்றான்.

'இன்னொரு விஷயம் வைரல்... நான் எனது விழி-கேமிரா லென்சுகளை அப்புறப்படுத்தி விடும் விதத்தை கண்டுபிடித்துவிட்டேன். இன்றைய முழு இருள் இரவில் அவற்றை செயல்படுத்துவேன், மிகுந்த வலி தரும் உயிரி தொழில்நுட்ப முறை அது... அதற்கான அறுவை சிகிச்சை கருவிகளை தயார் படுத்திவிட்டேன். அதை செயலாக்கிய பிறகு இரண்டு முழு நாட்களின் ஓய்வு எனக்குத் தேவைப்படும்... பிறகு கண் கட்டுகளை நான் அவிழ்த்து சுதந்திர பறவை ஆகிவிடுவேன்' என்று சோமினா கூறியபோது மீண்டும் கைதட்டல்கள் கேட்டன.

'மனிதக்குடும்பம்'. இதுதான் நம் கப்பலின் புதிய பெயர்' என்று வைரல் அறிவித்தபோது ஒரு பெண்ணின் அலறல் கேட்டது. எல்லோரும் அந்த திசை நோக்கி திரும்பி பதறுகிறார்கள். அங்கே கூட்டத்தில் தன் உப்பிய வயிற்றை பிடித்துக்கொண்டு ஒரு பெண் வலியால் கதறினாள்....

'நல்ல செய்தி வைரல்' என்றாள் சோமினா 'நீ.... உன் பணிக்கு திரும்பு... நான் பிரசவம் பார்த்துவிட்டு வருகிறேன்..... மனித குடும்பத்தின் அடுத்த உறுப்பினரை, வரவேற்க தயாராவோம்'. இப்போது கைத்தட்டல் முன்னிலும் அதிகமாகி இருந்தது.

●●●●●●●●●●

ஆறேழு நாட்களை அடுத்து வைரல் சில இளைஞர்களுக்கும் பெரியவர்களுக்கும் விழிமீன் வளர்ப்பு பாதுகாப்பு மற்றும் கப்பல் அடித்தளத்தில் வேறு சிலருக்கு சிப்பிக்காளான் வளர்ப்பு பற்றிய தனது விளக்கங்கள் வேலைபகிர்வு என கழித்திருந்தான்.

ஆனால், சோமினா எங்குமே தென்படவில்லை. தனது விழிகளில் இருந்து பிம்பால் நிறுவனம் உயிரிதொழில் நுட்பம் மூலம் வைத்து இணைத்திருந்த கேமிரா விழிப்பட லென்சுகளை அகற்ற சுயஅறுவை சிகிச்சை செய்து கொண்டிருக்கலாம் என்றே வைரல் கருதினான். சாரல் அம்மையார் அவளுக்கு மருத்துவ தாதியாக பலவித உதவிகளில் இருப்பதை அவனால் கிரகிக்க முடிந்தது.

ஆனால் புதிய குழந்தைக்கு பிரசவம் பார்க்கப்பட்டதற்கு பத்தாம் நாளில் மனிதகுடும்பம் என புதிதாக பெயரிடப்பட்ட காலநிலை அகதிகள் கப்பலை வேறு இடம்தேடிச் செல்ல செலுத்திட அவன் ஏற்பாடுகளை செய்தபோது, சோமினா மீண்டும் அதே உணவு பரிமாறும் பிரமாண்ட அறையில் அனைத்து அகதிகளையும் குடும்பம் குடும்பமாக ஒன்றுகூட்டி இருந்தாள். சாரல் அம்மையாரின் அழைப்பின் பேரில் அந்த கூட்டப்பட்டிருந்தது.

'மன்னித்துவிடு வைரல்... உங்கள் யாவரோடும் கொஞ்சம் பேசவேண்டும்' என்றாள் சோமினா.

'உன்னை மறுபடி பார்த்ததே மகிழ்ச்சி தருகிறது சோமினா... ஆனால் இப்போதும் கண்கள் கட்டப்பட்டே இருப்பது ஏன்? என்றான் வைரல். அங்கு வந்துகூடி இருந்த யாருமே அதை கவனிக்கவில்லை. வைரல் கூறிய பிறகே பலரும் ஆச்சரியப்பட்டனர்.

என் கண்களின் கட்டை அவிழ்ப்பதற்குத்தான் நாம் இங்கேகூடி இருக்கிறோம்... இதற்கு முந்தைய கூட்டத்தில்

நீ பேசிய எல்லா கருத்துக்களையும் நான் ஏற்கிறேன் வைரல்... ஆனால் அவற்றின் மீது நான் சில கருத்துக்களை கூற விரும்புகிறேன்' என்றாள் அவள்.

'இந்த நம் கால நிலை அகதிகள் கப்பலுக்கு 'மனித குடும்பம்' என்று பெயர்மாற்றம் செய்து விட்டேன்... பலருக்கும் விழிமீன் வளர்ப்பு மற்றும் காளான் சிப்பிகள் பற்றிய பயிற்சியும் தரப்பட்டுவிட்டது சோமினா' என்றான் வைரல்,

'எனக்கு அது தெரியும்.. எங்களுக்கு இது தெரியும்' என்று பல இடங்களில் இருந்து உற்சாக குரல்கள் வருகின்றன. அவற்றை கேட்டு சோமினா புன்னகைத்தாள். அப்படி ஆர்ப்பரித்தவர்களில் பல பெண்களும் இருந்தனர்.

'சரி... நாம் இப்போது சோமினாவை அவளது கருத்துக்களை பேசவிட வேண்டும்' என்றார் சாரல் அம்மையார். 'இந்த பத்துநாட்கள் நான் சோமினாவோடே இருந்தேன்.. அவளது வலிகளும் அவள்பட்ட பாடுகளும் மிக கொடுமையானவை... மருத்துவ பாரம்பரிய அறிவுத் திரட்டும் கூடவே சோமினாவுக்குள் புதைந்திருக்கும் மனித தொழில்நுட்ப அறிவின் ஒட்டுமொத்த சாரமும்தான் அவளையும் நம்மையும் பிம்பால் நிறுவன

கொடுமைகளுக்கு எதிராக காத்து நமக்கு இன்றைய சோமினாவை பெற்றுத் தந்திருக்கிறது...'. என்றார் சாரல் அம்மையார். அவரிடம் இருந்து படபடப்பும் உணர்வுப் பெருக்கும் ஏதோ நடந்திருக்கிறது என்பதை வைரலுக்கும் புரிய வைத்துவிட்டது.

'சோமினா உனது விழிகளின் கட்டை அவிழ்த்து உனக்கு விடுதலை கிடைக்கும் என்றல்லவா... நான் நினைத்தேன், 'வைரலின் குரலில் உண்மையான நேசமும் அக்கறையும் இருந்தது.

'அன்பு வைரல்.. கவலை வேண்டாம் எனக்கு எதுவும்.. ஆகிவிடவில்லை.. இந்த மனிதக்குடும்பத்தில்... அதாவது கால—நிலை அகதிகள் கப்பலில் இருக்கும்வரை எனக்கு எதுவும் நேர்ந்துவிடாது.... பிம்பால் நிறுவனத்தால் என்னை எதுவும் செய்துவிடவும் முடியாது வைரல்.. இந்தப் புவியின் உண்மையான குழந்தைகள் நாம்... நமது இலக்கு என்ன வைரல்? நாமாக தேடித்தேடி மனித சகோதர உறவுகளை காப்பாற்ற வேண்டும்... புவி இன்று மடிந்துகொண்டிருக்கிறதே அதை எப்படி காப்பாற்றி உயிரி – கோளாக மீண்டும் மீட்பது . . அதைபற்றி நீ யோசித்து விழிமீன் நன்னீரையும் காளான்சிப்பிகளையும் மனிதகுலத்திற்கு வழங்கி இருக்கிறாய்....

'ஆனால் அதுபோதாது வைரல்... உன்னளவு சமாதானமான மனநிலை எனக்கு இல்லை.. என்னால் பிம்பால் நிறுவனத்தை மன்னிக்கவே முடியாது...

'நான் வேறு ஒரு திட்டம் வைத்திருக்கிறேன் வைரல்.. அதுகுறித்து உங்கள் யாவரின் கருத்துக்களையும் அறியவே உங்கள் எல்லாரையும் இங்கே கூட்டி இருக்கிறேன்...' சோமினாவின் குரலில் ஆவேசம் இருந்தது. அவளது குரலின் ஆன்மா அனைவரையும் எழுச்சிகொள்ள வைப்பதாக இருந்தது... வைரல் உட்பட.

சோமினா பேசத் தொடங்கினாள். தனது இதயத்தின் கதவுகளை அவள் திறந்து தன் எஞ்சிய மனிதக்குடும்பத்திடம் அவள் மனம் விட்டுப் பேசினாள்.. அன்றைய பகல் இரவாகி அமிலமழை கொட்டித் தீர்க்கத் தொடங்கிய அந்த நாளில் அவளது வார்த்தைகளுக்கு உயிர்இருப்பதை எல்லாராலும் உணரமுடிந்தது... அந்த அறையின் அறைகூவலாக புவியின் இறுதிமூச்சு ஒலியாக அந்த குரல் காற்று முதல் காற்றுவரை கேட்பதாக இருந்தது.

மனித இனம் அழிவின் விளிம்பிற்கே வந்துவிட்டதற்கு யார் எல்லாம் காரணம். அவளுக்குள் இருந்த உயிரியல் அறிவு மனிதத் திரட்டு, அனைவரையும் விழித்துக் கொள்ளத் தூண்டுவதாக இருந்தது. ஆதியில் இப்புவியில் பலகோடி ஆண்டுகளுக்குமுன் முதலில் தோன்றிய நுண்ணுயிரிவகை உயிரினங்களை பற்றி அவர்களுக்கு அவள் புரியவைத்தாள். நம் உயிர்க்கோள் புவி, அடிப்படையில் அனுபவித்த வேதியியல் தாக்கங்களின் விளைவால் நீர் உருவாகி அந்த நீர் உயிர்நீக்கி அதிலிருந்து நீரின் அடியில் அந்த உயிரிகள் தோன்றின. 'ஆதியில் உயிரி தோற்றத்திற்கான எந்த சூழலும் இந்தப் புவியின் தரையில் இருக்கவில்லை.. ஒரு வேளை புவி இப்போது இருப்பதுபோல தரைப்பகுதி குறைவாகவும் இருந்திருக்கக்கூடும்' என்றாள். நீர்தான் உயிரின தோற்றத்தின் அடிப்படை முதலில் மிக ஆழத்தில் ஏற்பட்ட வேதிதாக்கங்களும் சக்திவாய்ந்த கடலடி எரிமலைகளாலும், புறஊதாக் கதிர்கள் சூரியனிலிருந்து வந்து விழுந்ததாலும் மின்னல் போன்றவைகளாலும் எங்கோ முதல் செல்–உயிரிசெல்- தோன்றி இருக்கவேண்டும். அது தற்போசனை எனும் வகையை சேர்ந்தது, 4 பில்லியன் ஆண்டுகளுக்கு முன் தோன்றிய அவை உயிரோடும் அதேசமயம் உயிரற்றும் இருந்தன, சயனோ பாக்டீரியாவைப் போன்றவை அவை. இவற்றின் மூலமே நமது புவியின் வளிமண்டலத்தில் ஒரு பெரியமாற்றம் நடந்தது.

அதுவரை நம் புவியில் கரியமிலவாயு, கொஞ்சம் நீராவி, ஏராளமான அமோனியா பாதரசம் ஹைட்ரஜன் உட்பட வாயுக்களே காணப்பட்டன. சயனோ பாக்டீரியாக்கள் ஒரு மில்லியன் வருடம் பல்கிப்பெருகிதான் வளிமண்டலத்தில் ஆக்சிஜன் எனும் உயிரிகளின் பிராண வாயுவை பரவிடசெய்தன.

இதன் காரணமாக தோன்றிய ஓசோன்படலமும் நீர்-நில உயிரிகளின் ஆரம்ப தோற்றமும் உயிரினம் பரவலாகிட காரணமாகியது. ஓசோன் இல்லாமல் போயிருந்தால் நிலமும் கடலின் மேற்பரப்பும் உயிரினங்கள் வாழ வழி இல்லாமல் செய்திருக்கும். ஓசோன் படலம் சூரியனிடம் இருந்துவரும் ஆபத்தான புறஊதாக்கதிர்கள் தாக்கிடாமல் ஒரு சல்லடை போல காத்ததால் உயிரின தோற்றம் வேகம் பெற்றது. இதன் காரணமாக தற்போசனை உயிரி அதாவது உயிரியை உற்பத்தி செய்யும் உயிரி எனும் வகை உயிரி தோன்றியது. 'கார்போஹைட்ரேட், கொழுப்புகள், புரதங்கள் என ஆதி உணவு சங்கிலியும் தோன்றியது' என்றாள்.

'அதனை அடுத்து பாக்டீரியா உட்பட நுண்உயிரிகளில் இருந்து 1.7 பில்லியன் வருடங்களுக்குமுன் பரிணமித்த மிய் கரு உயிரிகளான தாவரங்கள் அதன் ஊடாக பரிணாமம் அடைந்த விலங்குகள் நீரில் இருந்து நிலத்தை அடைந்தன.' அவள் அவர்களது அறிவை மேம்படுத்தினாள்.

'புற ஊதாக் கதிர்கள் புவி மீது விழாமல் காக்கும் உயிரி ஓசோன் படலம் உருவாகி இரண்டு பில்லியன் ஆண்டுகள் ஆகியது. ஆனால் அந்த பரிணாம விலங்கு வரிசையில் தோன்றிய மனிதனின் கார்ப்பரேட்- உற்பத்தி வெறி, அந்தப் படலத்தை இயற்கையின் உயிர்காக்கும் படலத்தை இரண்டே நூற்றாண்டுகளில் சிதைத்து எரித்தது... அந்தப் பேரழிவுக் கூட்டத்தின் இன்றைய பிரதிநிதிதான் பிம்பால் நிறுவனம்' சோமினாவின் உணர்வுபூர்வமான உரை அவர்களை கட்டிப்போட்டது. புரியாத பலவற்றை புரியவைத்தது.

'எத்தனையோ பேரழிவு காலங்களை இந்தப் புவி எனும் உயிர்க்கோளம் கடந்திருக்கிறது... 5.25 மில்லியன் வருடம் முன்பு கேம்பிரியன் காலத்தின் முதுகெலும்பி எனும் முள்ளந்தண்டுளிகள் பல பேரழிவை சந்தித்தன. புவி கோளத்திற்கு எதுவும் ஆகவில்லை.... ஜுராசிக் காலத்தில் டைனோசர்கள் புவியெங்கும் வாழ்ந்து அழிந்தே போயின. ஆனால், புவிகோள் அதனையும் தாங்கியது. எரிகற்கள்.... வால்நட்சத்திரங்களின் தாக்குதல்கள்கூட நம் உயிர்க்கோளத்தை அசைக்க முடியவில்லை...

இந்த முழு பிரபஞ்சத்தின் உயிரிகள் தோன்றிய ஒரே கோளான நமது புவி எப்போதும் புதிய உயிரிகளோடு மறுபிறவி எடுத்தே வந்துள்ளது. இவ்வளவு ஏன் 65 மில்லியன் ஆண்டுகளுக்கு முன் பிரமாண்ட விண்கல் ஒன்று மோதியதில் பறக்க முடியாத பாலூட்டிகள் பல அழிந்தன.... ஆனால் புவி அழியவில்லை. நாம் புவி ஒரு உயிர்காக்கும் கோள்.... மீண்டும் மீண்டும் துளிர்க்கும் கோள்... ஆனால் மனித ஊர்தி காலமும் பேரழிவு நுகர்வு ஆலைக்காலமும்... பிளாஸ்டிக் யுகமும் இந்த புவியை கொன்றுவிட்டது.... அதன் பேரழிவை விரும்பும் பிம்பால் நிறுவனமே நமது முதல் எதிரி....'

சோமினா இறுதியாக அறிவித்தாள். வைரல் திடுக்கிட்டான். ஆனால், கூட்டம் ஆர்ப்பரித்தது.

மணிக்கணக்கில் நாட்கணக்கில் கொட்டித்தீர்த்த அமிலமழையில் குதித்து கும்மாளமிட்டன. விழிமீன்கள். ஆனால் அந்த பிரமாண்ட கப்பலின் நடு அறையிலோ நிசப்தம் வைரல் தன் இடத்தை விட்டு எழுந்தான்.

'இன்னும் கொஞ்சம் நான் பேசவேண்டும் வைரல்' என்றாள் சோமினா. பிறகு அவள் அவனது வார்த்தைக்கு காத்திருக்காமல் தொடர்ந்தாள்.

'இன்று இப்புவியின் முழுமையான பாதுகாப்பான இடம் இந்த காலநிலை அகதிகள் கப்பல் மட்டும்தான்... இங்கே குடிநீருக்கும் குறைவில்லை... உணவுக்கும் பஞ்சமில்லை. இது வைரலின் இந்த மனித இன சமூகத்திற்கான ஒப்பற்ற கொடை.... இன்னும் பிற அகதிகளை தீவு தீவாகத் தேடி அலைந்து மீட்கலாம் எனும் வைரலின் யோசனையும் மிக அற்புதமானது... மனித குடும்பம் என்று இந்த கப்பலுக்கே பெயரை மாற்றியதும்.... அறிவை அடுத்த சந்ததிக்கு அறிவிக்க.... முடிவு செய்து அதை உடனே செயலாற்றியதும் ஈடு இணையற்ற செயல்கள்...' சோமினா ஒரு நிமிடம் நிறுத்தினாள்.

'ஆனால்.... நாம் மிகப்பெரிய இந்த நோக்கத்தில்.... எழுச்சிமிக்க நம் இலட்சியத்தில் மிகவும் பலவீனமான நிலையில் இருக்கிறோம். ஏறக்குறைய நிராதரவாக பலமற்றவர்களாக நாம் இருக்கிறோம். பிம்பால் நிறுவனம் என்பது தொழில்நுட்பத்தின் உச்சகட்ட கூட்டம் அவர்களிடம் இல்லாததே இல்லை.... இப்புவியில் இருந்து தனது வாடிக்கையாளர்கள் நுகர்வோரை அந்த பெரும் எஜமான பணக்கார அதிகார கூட்டத்தை பாதுகாப்பாக அயல் கிரஹங்களில் குடியமர்த்தி எஞ்சிய ஏழைகளை அவர்களது நலன்களுக்கு பலியிடும் கூட்டம் அது.

'இப்புவியில் இன்று அழிவின் விளிம்பில் உள்ளது மனித இனம் என்றால்... அதிலும் ஓடுவதற்குக் கூட

இடமின்றி அழிவிலும் பேரழிவு விளிம்பில் எந்த தற்காப்பும் இன்றி இருப்பது நமது பருவநிலை அகதிகள். 'கப்பல்தான் என்பதை நான் உணர்ந்த போது.... மனம் வெறுத்தது' என்றாள் சோமினா.

'நீ சொல்வது முழுவதும் உண்மை' சட்டென்று ஆமோதித்தார் சாரல் அம்மையார்.

'நம்மை பிடிக்க பிம்பால் நிறுவனம் ஊர்தி ஒன்று வந்தால் உயிர் பிச்சை கேட்டு மன்றாடுவதைத் தவிர நம்மிடம் என்ன இருக்கிறது... என்று யோசித்தபோது அளவற்ற பதற்றம் ஏற்பட்டது வைரல்' என்கிறாள் உண்மை.... உண்மை... பலரும் குரல் எழுப்பினர்.

'நம்மை நம்பி இப்புவியில் பிறந்திருக்கும் இந்த சிசுவுக்கு என்ன பதில் சொல்லப் போகிறோம் வைரல்....' என்று பிறந்த குழந்தையை கையில் எடுத்து காட்டுகிறாள் சோமினா. பிறகு நீண்ட மவுனம்.

'சோமினா... நீ சொல்வது உண்மைதான்.... என்ன செய்ய வேண்டும்... உன் யோசனையை நீ கூறலாம்...' வைரல் குரல் தீர்மானமாக ஒலித்தது.

'பிம்பால் நிறுவனம் உயிரித்தொழில்நுட்பத்தின் அடிப்படை அறுவை சிகிச்சை மூலம் கேமிரா ஆடிகளை எனக்குப் பொருத்தி அனுப்பினார்கள்.' சோமினாவின் குரலில் இப்போது நக்கலும் தன் திட்டம் பற்றி பொறியும் பறந்தது. 'நானும் அந்த கேமிரா ஆடிகளை பிடுங்கி சுய அறுவை சிகிச்சை மூலம் என்னை விடுவித்துக்கொள்ளதான் நினைத்தேன்... ஆனால் எனக்குள் இருந்த தொழில்நுட்ப அறிவு என்னைப் பார்த்து நகைத்தது. நான் உயிரியல் பொறியியலையும் மரபின தொழில்நுட்பத்தையும் சரியாக கையாளத் தொடங்கினேன். மரபியல் சீரமைப்பு தொழில்நுட்பம். இதுதான் அவர்களது தொழில் நுட்பம்... நான் அதை மிக ஆழமாக பரிசீலித்தேன்... அதை நமக்கு சாதகமாக பயன்படுத்த தீர்மானித்தேன்... நான் மூலக்கூறு உயிரி தொழில்நுட்பம், உயிரணு வேதியியல், ஒளியியல், பொறியியல் என பலவற்றை உள்ளடக்கியதாக என் விழிக்கு அவர்கள் பொருத்திய கேமிரா உயிரி ஆடிகளை அவர்களை நோக்கி மாற்றி வெற்றி கண்டேன் வைரல்...'

அவ்வளவுதான் சோமினா தன் கண்களின் கட்டை அவிழ்த்தாள்... 'அருகே வா... வைரல் எனது வலது விழியின் அருகே நீ வரவேண்டும்...' அவள் உத்தரவு போல பிறப்பித்தாள்.

ஏற்கெனவே கட்டப்படாத அவளது கண்களையும் விழிகளுடன் கூடிய அவளது முகத்தையும் முதல் முறையாக கண்ட அந்த அறையின் 'காலநிலை அகதிகள்' ஆச்சரியத்திலும் ஆர்வத்திலும் அதிர்ந்து நின்றனர்.

இப்போது வைரல் அவளருகே இருந்தான். அவள் இடது விழியையிட வலது விழி சற்றே பெரிதாக இருந்தது. அது மட்டுமல்ல, வலதுவிழி நீல வண்ணத்திலும் இருந்தது. அதில் ஒரு இயந்திரத்தன்மையும் இருந்தது.

'வைரல்... என் விழிகளின் வழியே உள்ளே பார்...' என்றாள் சோமினா. அவன் உற்று நோக்கினான், முதலில் அது பளபளத்தது; பிறகு ஏதும் இல்லை. அதன்பின் 'ஏய்.... சோமினா...' என்று அவன் அலறினான்.

'உனக்கு ஒரு கூட்டம் நடக்கும் அறை தெரிகிறதா வைரல்' என்றாள் அவள்.

'ஆ.... ஆமாம் சோமினா.. பிரமாண்ட அறை ஒரு மேசையை சுற்றிலும் 16 நாற்காலிகள்.... இப்போது யாருமில்லை' அவன் பரபரப்பாக அறிவித்தான்.

'அங்கிருந்து உங்களை - அதாவது நம் கப்பலை கண்காணிக்க அவர்கள் அனுப்பிய கேமிரா விழி லென்சுகளை இங்கிருந்து நாம் அவர்களை கண்காணிக்கும் வகையில் நான் மாற்றிவிட்டேன்' அறிவித்தாள் சோமினா... அறையில் ஆரவாரமும் கைத்தட்டலும் அடங்கிட வெகுநேரம் ஆனது.

'அது அதுமட்டுமல்ல வைரல்... இன்னொருமுறை உற்றுப்பார். நான் விழி ஆடியின் கோணத்தை மாற்றுகிறேன்...' என்றாள் வலது விழியை மட்டும் மூடித் திறந்தாள் அவள். 'இப்போது நீ பார்க்கலாம்' என்றாள்.

'சோமினா ஒரு சுவர்... இல்லை வரைபடம்... நமது புவியின் வரைபடம் சோமினா....' என்றான் வைரல்.

'வரைபடத்தில் நட்சத்திரம் போல புள்ளிகள் சிவப்பு நிற புள்ளிகள் இருக்கிறதா...' என்றாள் அவள்.

'ஆம் நிறைய புள்ளிகள்...' என்றான் வைரல்.

'அவைதான் பிம்பால் நிறுவனத்தின் மனித வேட்டையாடும் ஊர்திகள்... அவற்றை எண்ண முடிகிறதா?' என்றாள் சோமினா.

மொத்தம் நாற்பத்தாறு.... ஐம்பது.... இல்லை ஐம்பத்தேழு... ஊர்திகள் சோமினா.... ஒன்றிரண்டு நகர்வதை உணர முடிகிறது...' என்றான் அவன்.

'நாமிருக்கும் இடத்தை புவியின் வரைபடத்தில் பார் வைரல்... ஏதாவது ஒரு ஊர்தி நம் அருகே வருவது போல தெரிகிறதா?' அவள் பரபரப்போடு கேட்டாள்.

'இதோ... ம்.... இல்லை அவை யாவுமே புவியின் மறுபக்கம் உள்ளன... நம் கப்பலின் அருகில் எதுவுமில்லை' என்கிறான் வைரல்.

'புவியில் பிம்பாலின் ஐம்பத்தேழு மனித வேட்டையாடும் ஊர்திகளும் எங்குள்ளன... என்பதை நாம் இனி துல்லியமாக அறியமுடியும்...' என அறிவித்தாள்...'நம் எதிரி நமக்குத் தெரியாமல் நம்மை அண்டிட முடியாது' என்று அவள் கூற மீண்டும் உற்சாக ஆரவாரம்....

'அற்புதம் சோமினா...' என்றான் வைரல். இப்போது சோமினா தன் தோளில் இருந்து ஒரு பையை எடுத்தாள். அவளிடம் ஒரு பை இருப்பதையே அங்கிருப்பவர்கள் வைரல் உட்பட அப்போதுதான் கவனித்தார்கள்.

'இப்போது எனது அடுத்த வேண்டுகோளுக்கு வருகிறேன்' அவள் மீண்டும் பேசத்தொடங்கினாள். நாம் நிராயுதமாக நிற்கும் அப்பாவி அகதிகள். பிம்பால் ஊர்திகளில் இல்லாத ஆயுதமே இல்லை... நம்மை உயிரோடு பிடிப்பது மட்டுமே 160 லிட்டர் நன்னீரை வழங்கும். இறந்த உடல்களில் கிடைப்பது குறைவு. என்றாலும் நம்மை தாக்கி அழிக்க அவர்கள் தயங்கவேமாட்டார்கள்..'

அவள் சற்று தயங்கினாள். பிறகு கூறினாள் 'தற்காப்புக்காகவாவது.. நமக்கு ஆயுதங்கள் தேவை'

'ஆயுதங்களா.. 'என்றான் வைரல்.

தனது பையில் கைவிட்டு தன் கையை சேறாக்கினாள் அவள், பிறகு பைக்குள் இருந்து அவற்றை எடுத்தாள்..

'ஓ.. இவையா' என்றான் வைரல்.

'அமிலமழை சேறை நன்னீர் சேறாக மாற்ற நீ அவற்றில் காளான்களை இருமாதம் ஊற வைக்கிறாய். பிறகு அமில சேறை இவை நன்னீராக மாற்றுகின்றன' என்றாள் சோமினா.

'ஆனால் சோமினா.. அமிலத்தை முற்றிலும் உறிஞ்சிடும் இந்த காளான்கள் இறந்துவிடும்' என்றான் வைரல்.

'உண்மைதான் வைரல். அது தேர்ந்த கடல் அறிவும் வேளாண் அறிவும் கொண்ட நீ கண்டடைந்த உண்மை. ஆனால் என் உயிரி தொழில்நுட்ப அறிவு தேர்ச்சியும் தொழில்நுட்ப அறிவும் சொல்வது என்னவென்றால்

அவற்றை அவை அமிலசேற்றை நன்னீர் சேறாக மாற்றிய பிறகு நாம் எறிகுண்டுகளைப் போல பயன்படுத்தமுடியும். எதிரிமீது அவற்றை வீசும்போது அவர்கள் மீது மோதி அவை அமிலத்தை உமிழ்ந்து சூட்டுக் காயங்களை ஏற்படுத்தும்..' என்று தன் திட்டத்தை முன் வைத்தாள் சோமினா. 'இவை மனிதர்களை கொன்றுவிடாது. ஆனால், வலி ஏற்படுத்தி அலறி ஓடவைக்கும்' பிறகு வெகுநேரம் விவாதத்தில் கழிந்தது. கடைசியாக, 'நாம் இப்போது நிராயுதபாணிகள் அல்ல.. இனி அமில சேற்றை நன்னீர் சேறாக மாற்றி உயிரைவிடும் அமில – காளான்களை கடலில் வீசமல் நமது கப்பலின் ஒரு சேகரிப்பு அறையில் குவித்து வைத்து பாதுகாப்போம். பிம்பால் நிறுவன ஊர்திகள் நம்மை நெருங்கினால் 'ஆளுக்கு ஒரு பை அமிலக்காளான் எறிகுண்டுகள் வழங்கப்படும்' என்று பெரிய ஆரவாரத்திற்கு நடுவே வைரல் மகிழ்ச்சியோடு அறிவித்தான்.

சற்று நேரம் அங்கே அமைதி நிலவினாலும் சாரல் அம்மையார் 'நான் பேசலாமா..' எனக் கேட்டார். பிறகு தன் தொண்டையை கனைத்தபடி பேசத் தொடங்கினார்.

'நமது வைரலும் சோமினாவும் அற்புதப் பிள்ளைகள் என்பதில் சந்தேகமே இல்லை. இப்போது நாம் பலமடங்கு பாதுகாப்பான மனித குடும்பமாக ஆகி இருக்கிறோம்...' என்றார். 'ஆனால் நமது இலக்கு நாம் மட்டும் பாதுகாப்பாக இருப்பது அல்ல..

அந்த பிம்பால் நிறுவன மனிதவேட்டை ஊர்திகள் எங்கே உள்ளன,.?' என்றார்.

'நம் அருகே எதுவுமே இல்லை அம்மா..' என்றாள் சோமினா.

'அவை யாவுமே நாமிருக்கும் புவியின் மறுபக்கம் உள்ளன அம்மா' என்றான் வைரல்.

'அப்படி என்றால் என்ன அர்த்தம் என்று நான் கேட்கிறேன்.. பிம்பால் நிறுவனத்திடம் மனிதப்புள்ளி விவரங்கள் உள்ளன. மனித வேட்டை ஊர்திகள் எங்கே உள்ளனவோ அங்கே.... தான் பருவநிலை அகதிகளான மக்களும் இருக்கிறார்கள் என்றுதானே அர்த்தம்.. நாம் இல்லாத இடங்களிலேயே மனிதர்களை தேடுவதில் என்ன அர்த்தம் இருக்கிறது..' என்றார் சாரல் அம்மையார்.

அங்கிருந்த யாவருமே திடுக்கிட்டனர்.

அவர் மேலும் தீர்மானமாக அறிவித்தார்.

'பிம்பால் நிறுவன ஊர்திகள் எந்த இடத்தை நோக்கி செல்கின்றனவோ.. அந்த இடத்திற்கு நாம் முந்திக்கொண்டு செல்லவேண்டும்... அவர்கள் மனிதர்களை வேட்டையாடுவதற்கு முன் நாம் அவர்களை மீட்டுவிட வேண்டும்...' என்றார்.

'மிகச் சரி... மிக மிகச் சரி' என பல குரல்கள் ஒரே சமயத்தில் ஒலித்தன... பிறகென்ன வைரலோ.. சோமினாவோ.. யாருமே நேரத்தை வீணாக்கவில்லை....

'தவிர.... ஒரு நாள் நாம் எஞ்சிய அந்த மூன்று மூவகை மரபணுக் குழந்தைகளையும் கூட மீட்டுவிட வேண்டும் என்று என் மனம் துடிக்கிறது' என்றார் சாரல் அம்மையார்.

மீண்டும் விவாதங்கள் தொடர்ந்தன....

விரைவில் அமிலமழை விட்டநாளில் பிம்பால் நிறுவன ஊர்திகள் இருந்த புவியின் திசைநோக்கி 'மனித-குடும்பம்' என்று பெயரிடப்பட்டு 'புதிதாய் பிறந்த' அந்த காலநிலை அகதிகள் மீட்புப்படை கிளம்பி இருந்தது..

●●●●●●●●●●